# 'సినిమా' కోసం... గుప్పెడు ఊసులు

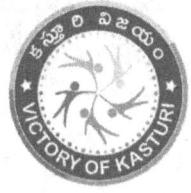

కస్తూరి విజయం
VICTORY OF KASTURI

భమిడిపాటి గౌరీశంకర్

**'Cinima' Kosam...Guppedu Usulu**

of

**Bhamidipaati Gowri Sankar**

**Copy Right: Bhamidipaati Gowri Sankar**

Published By: Kasturi Vijayam

Published on: Apr / 2024


ISBN (Paperback): 978-81-969150-0-1


Print On Demand


Ph:0091-9515054998

Email: Kasturivijayam@gmail.com.


Book Available

@

Amazon (Worldwide), flipkart

# అంకితం

స్నేహశీలి, మృదుస్వభావి, సౌజన్య మూర్తి,
నీతి నిజాయితీ సేవా దృక్పథం కలిగిన,
సౌమ్య మనస్వి

**శ్రీమతి జి. రాణి మోహన్**
అసిస్టెంట్ కమిషనర్, రాష్ట్ర పన్నులు, శ్రీకాకుళం
వారికి గౌరవ పూర్వకంగా ....

– భమిడిపాటి గౌరీశంకర్

# అభినందన చందనం

డా॥ పులఖండం శ్రీనివాసరావు
రాష్ట్రస్థాయి ఉత్తమ అధ్యాపక పురస్కార గ్రహీత,
ప్రిన్సిపాల్
శ్రీ గాయత్రి కాలేజ్ ఆఫ్ సైన్స్ & మేనేజ్మెంట్
శ్రీకాకుళం

సౌమ్యశీలి, నిరాడంబరుడు, సహృదయుడు, సజ్జన సాంగత్యాభిలాషి, నిగర్వి, ప్రచారపేక్ష నిరపేక్షక కథారచయిత శ్రీ భమిడిపాటి గౌరీ శంకర్ గారి కలం నుండి జాలువారిన 'సినిమా కోసం... గుప్పెడు ఊసులు' అనే పుస్తకంగా తీసుకురావడం సంతోషదాయకం. ఈ వ్యాసాలు వివిధ ప్రసిద్ధ పత్రికలలో ప్రచురితమయ్యాయి. దాదాపు తెలుగు పత్రికలన్నీ గౌరీశంకర్ రచనలను ప్రచురిస్తున్నవి.

ఈ పుస్తకం గౌరీశంకర్ కు వివిధ సాహితీ అంశాల పట్ల ఉన్న అవగాహన, పట్టును తెలియజేస్తుంది. రచయిత సామాజిక జీవనం చేస్తూ, సామాజిక అంశాలపై స్పందిస్తూ, అక్షరాల మణిదీపాలను వెలిగించి, దోషరహిత సమాజ పురోగమనానికి దారి చూపించే మార్గదర్శి. అటువంటి సమున్నత భావశబలత గలిగిన శ్రీ భమిడిపాటి మరిన్ని రచనలతో లోకాన్ని ప్రదీప్తం చేయాలని ఆకాంక్షిస్తూ... శ్రీ గౌరీశంకర్ గారికి అభినందన చందనం.

పులఖండం శ్రీనివాసరావు
**20.04.2024**
శ్రీకాకుళం

# ఓ మంచిమాట

జి. వి. స్వామి నాయుడు
గురజాడ విద్యాసంస్థలు
శ్రీకాకుళం

మా గురజాడ విద్యాసంస్థల అనుబంధమైన గాయత్రి డిగ్రీ కళాశాలలో ఆంధ్రోపన్యాసకునిగా విద్యా సేవలందిస్తున్న శ్రీ భమిడిపాటి గౌరీశంకర్ కథా రచయితగా సాహితీ పాఠక లోకానికి సుపరిచితులు. చక్కని సామాజిక స్పృహతో వచ్చిన వీరి రచనలు పోటీలకు నిలబడి ఎన్నో బహుమతులు, ప్రశంసలు అందుకున్నాయి.

ఏడు కథా సంకలనాలు మరియు "కె.జె. రావు – ఒక స్ఫూర్తి, ఒక దిక్సూచి" అనే జీవిత విశేషాలతో కూడిన రచనలు పాఠకుల ప్రశంసలకు ఆలవాలము. నేడు ఈ 'సినిమా కోసం... గుప్పెడు ఊసులు' అనే పుస్తకంగా వెలువరించడం అభినందనీయం. కథా రచయితగా, పత్రికా సంపాదకునిగా, అధ్యాపకుడిగా, సౌమ్యశీలిగా, నిరాడంబరుడిగా, నిగర్విగా, నిబద్ధత తో కూడిన జీవనశైలి గలిగిన శ్రీ గౌరీశంకర్ గారు మా సంస్థలో ఉద్యోగి కావడం మా సంస్థ అదృష్టంగా భావిస్తూ అభినందిస్తూ, ఉన్నత సోపానాలు అధిరోహించాలని ఆకాంక్షిస్తూ... గాయత్రి మాత చల్లని దీవెనలు ఎల్లవేళలా వీరికి ఉండాలని, ఆయురారోగ్య భోగాలతో విలసిల్లాలని కోరుకుంటూ....

జి. వి. స్వామి నాయుడు
తేది: 20. 04. 2024
శ్రీకాకుళం

# కృతజ్ఞతలు

సినిమా కోసం... గుప్పెడు ఊసులు పుస్తకరూపంలో రావడానికి సహకరించిన వారికి కృతజ్ఞతలు తెలుపుకోవడం నా ధర్మం.

నా అభివృద్ధిని, శ్రేయస్సును నిరంతరం కోరుకునే గురజాడ విద్యాసంస్థల అధినేత శ్రీ జి. వి. స్వామి నాయుడు గారికి

అన్ని వేళలా నన్ను ప్రోత్సహిస్తూ, వెన్ను దన్నుగా నిలిచి ఆశీస్సులు అందజేస్తున్న స్నేహశీలి, మధుర వచస్వి, సాహితీ మూర్తి మా కళాశాల ప్రిన్సిపాల్ డా. పులఖండం శ్రీనివాసరావు గారికి...

ఈ పుస్తకాన్ని ఎంతో చక్కని విశ్లేషణతో ముందుమాట అందించిన 'దిశ' దినపత్రిక, సంపాదకీయ, సాహిత్య పేజీ, న్యూస్ ఎడిటర్ శ్రీ రాజశేఖర రాజు గారికి..

ఈ సంపుటిలోని వ్యాసాలను తమ 'దిశ' సినిమా పేజీలో ప్రచురించి ప్రోత్సహించిన ఎడిటర్ మార్కండేయ గారికి..

'అంకితం' స్వీకరించిన శ్రీమతి జి. రాణి మోహన్, సహాయ కమిషనర్, సేల్స్ టాక్స్, శ్రీకాకుళం.

నా పుస్తకాల ప్రచురణలో ఇంతవరకు నాకు అండగా నిలుస్తూ ప్రోత్సహిస్తున్న ప్రముఖ జర్నలిస్టు శ్రీ సదాశివుని కృష్ణగారికి, మిత్రులు చందు, చిన్ని, కామేశ్వరరావు, తమ్ముడు జగన్నాథరావు, మరదలు లక్ష్మి, వదినలకు కృతజ్ఞతలు.

నా పుస్తకాలను చక్కగా ముద్రిస్తున్న కస్తూరి విజయం వారికి మరియు వారి సిబ్బందికి కృతజ్ఞతలు.

**రచయిత**

# ముందుమాట

## సినిమా కోసం.. గుప్పెడు ఊసులు

అటువైపు 80 ఏళ్ల క్రితం నాటి పాత తెలుగు సినిమాలను, ఇటువైపు అతి కొత్త సినిమాలను కూడా పరిచయం చేయడంలో ప్రతిభ, విషయ సంపత్తి కలిగిన చిత్ర సమీక్షకులు నేటి కాలంలో మనకు అరుదుగానే లభిస్తారు. అలాంటి వారిలో భమిడిపాటి గౌరీశంకర్ గారిని ప్రత్యేకంగా పేర్కొనాలి. పాత, కొత్త సినిమాలు వేటిని పరిచయం చేసినా, విషయాన్ని తేలికపర్చకుండా, అదే సమయంలో వాటి గుణగుణాలను ఎత్తి చూపడంతో రాజీ లేకుండా సౌమ్యపథాన దశాబ్దాలుగా చిత్ర సమీక్షలను తెలుగు వారికి అందిస్తూ వచ్చిన అరుదైన రచయిత ఈయన.

((ఇక్కడ మరో విషయం ప్రస్తావించాలనిపిస్తోంది. 1970ల చివరలో, 80ల మొదట్లో విజయ బాపినీడు గారు తీసుకొచ్చిన విజయ వంటి మాసపత్రికలో ప్రతి నెలా రిలీజైన తెలుగు సినిమాలను క్రమం తప్పకుండా పరిచయం చేసిన అద్వితీయ వ్యక్తి గౌరీ శంకర్ గారు చందమామ వీరాభిమాని. నేను చందమామలో చివరి సహ సంపాదకుడిగా 2009 నుంచి పనిచేసేటప్పుడు నాకు వ్యక్తిగతంగా కూడా ఈయనతో ఫోన్ పరిచయం. ఉండేది. ప్రత్యేకించి విజయ పత్రికలో ఆయన రాసే సమీక్షలు చదివి ఈ సినిమా చూడాలా వద్దా అని యుక్తవయసులో ఉన్న మా తరం నిర్ణయించుకునే వారమంటే ఆయన సమీక్షలు మమ్మల్ని అంతగా ప్రభావితం చేశాయి. కొత్తగా విడుదలయ్యే ప్రతి సినిమాపై తన అభిప్రాయాలను మొహమాటం లేకుండా పరిచయం చేసే ఈయన ఒకే ఒక్కసారి సమీక్ష లేకుండా విజయ పత్రికలో ఒక సినిమాకు ర్యాంకు మాత్రమే ప్రకటించి ఊరకుండి పోయారు. ఆ సినిమాపై ఈయన ఎలా సమీక్షిస్తారు అని మేం నెల పాటు ఎదురుచూసేవారం. కాని ఆయన దానికి ఏ అంటే సూపర్ హిట్ అని ర్యాంకు ప్రకటించి సైలెంట్ అయిపోయేవారు. తొలి రెండు వారాలు థియేటర్లలో జనమే కనిపించని ఈ సినిమాకు విపరీతమైన హైప్ రావడం కారణంగా అది ఉన్నట్లుండి సక్సెస్ బాట పట్టిందని చెప్పి గమ్మునుండి పోయారాయన. ఆ సినిమా ఏదో మీకు ఇప్పటికే తట్టే ఉంటుంది. కె. విశ్వనాథ్ గారు తీసిన శంకరాభరణం భారతీయ శాస్త్రీయ, సాంప్రదాయ సంగీతాన్ని ప్రపంచమంతటికీ కొత్తగా పరిచయం చేసిన సినిమాగా

శంకరాభరణం ఎంత కొన్ని తరాలపై ఎంత ప్రభావం చూపిందో మనకు తెలుసు. దాన్ని సైతం హైప్ ద్వారా సక్సెస్ బాట పట్టిన సినిమాగా గౌరీశంకర్ గారు వ్యాఖ్యానించి ఊరకుండి పోయారు.))

పేరులోనే కానీ వీరిద్దరూ వేరు వేరు గౌరీశంకర్‌లు అని గుర్తుపెట్టుకోవాలి. భమిడిపాటి గౌరీశంకర్ గారితో చాలా లేటుగా నాకు పరిచయం కలిగింది. వెన్నెల శీర్షికన ఆంధ్రభూమి పత్రికలో రెండు దశాబ్దాల పాటు ప్రతివారం క్రమం తప్పకుండా సినిమా సమీక్షలు చేసిన కొద్దిమందిలో భమిడిపాటి గౌరీశంకర్ గారు ఒకరనేది తెలిసిన విషయమే. 2023 మార్చి నెలలో నాకు దిశ పత్రిక సంపాదకీయ పేజీలో పనిచేసే అవకాశం వచ్చినప్పుడు ఆయన ఒకరోజు సాహిత్య పరమైన వ్యాసాలు పంపడం ద్వారా పరిచయమయ్యారు. ఆయనతో మాటల సందర్భంలో తన సినిమా సమీక్షల ప్రస్తావన కూడా వచ్చింది. ఒకే మాట చెప్పాను. మీరు సాహిత్య పరమైనవే కాదు, సినిమా సమీక్షలు కూడా చేసి పంపండి అని.

ఆయన దానికి ఒప్పుకున్నారు. అప్పటికే వారాల ఆనంద్ గారు దిశ పత్రికకు ప్రతివారం రెగ్యులర్‌గా సినిమా సంబంధిత ఆర్టికల్స్, అప్పుడప్పుడు సమీక్షలు కూడా రాసి పంపేవారు. రెగ్యులర్ కాలమిస్టుగా ఆనంద్ గారు ఉండగా భమిడిపాటి గారు కూడ తోడైతే సినిమా ఆర్టికల్స్ ఎక్కువగా వచ్చే అవకాశం ఉందనిపించింది. ఈలోపు ఈయన కూడా సినిమా సమీక్షలు పంపడం. అప్పట్లోనే మంచి సినిమా వాట్సాప్ గ్రూపుతో పరిచయం ఏర్పడి అక్కడ చాలామంది రాస్తున్న అద్భుతమైన సినీ సమీక్షలను, సినీ పరిచయాలను వారి అనుమతితో తీసుకుని దిశలో ప్రచురించిన నేపథ్యంలో మనం కూడా సంపాదకీయ పేజీలో ఒక వారం సినిమా సమీక్షల పేజీనే తీసుకొద్దామని దిశ ఎడిటర్ మార్కండేయ గారి వద్ద ప్రస్తావించడం రెగ్యులర్‌గా సమీక్షలు వస్తే ప్రత్యేక పేజీ పెడదామని ఆయన అంగీకరించడం జరిగిపోయింది.

దిశ పత్రికలో భమిడిపాటి గారి సినిమా సమీక్షల పరంపర అలా మొదలైంది. కేవలం ఎనిమిది నెలల కాలంలో దిశ సినిమా సమీక్షల పేజీకి 38 ఆర్టికల్స్ పంపించారు. సంఖ్య చూసుకోకుండా వరుసగా ప్రచురిస్తూ వచ్చాము. ఈ మధ్యనే తాను ఇటీవల రాసిన సినిమా సమీక్షలపై పుస్తకం వేస్తున్నానని వాటిలో ఎక్కువ సమీక్షలు దిశలోనే వచ్చాయి కనుక మీరే ముందుమాట రాస్తే బాగుంటుందని ఆయన కోరారు. ముందుమాటలు రాసే అలవాటు లేదని నేను తప్పుకోవాలని చూసినా ఆయన వదల్లేదు. మీరు ఏం రాసినా నాకు సమ్మతమే మీరే రాయాలని ఆయన పట్టుపట్టారు. మొహమాటం కొద్దీ ఒప్పుకున్నాను. అప్పుడే ఆయన టైప్ చేసిన తన సినిమా సమీక్షల పుస్తకం పీడీఎఫ్ కాపీ పంపారు.

ఆ పీడీఎఫ్ పేజీలు తిరగేస్తున్న కొద్దీ సంభ్రమాశ్చర్యాలు కలిగాయి. దిశ సినిమా పేజీలో ప్రచురణ కోసం పంపినప్పుడు వాటిని విడిగా చదివిన అనుభవానికి, ఇప్పుడు పీడీఎఫ్ కాపీలో అన్ని సమీక్షలను ఒకేసారి చదువుతున్నప్పుడు కలిగిన అనుభూతికి చాలా తేడా

ఉందనిపించింది. ముఖ్యంగా కొట్టొచ్చినట్లు ఈ సమీక్షల్లో కనిపించేది ఏమిటంటే.. పాత సినిమాలు, కొత్త సినిమాలు, సాంకేతిక విషయాలు ఏవీ ఆయన దృష్టిని దాటిపోలేదు.

మచ్చుకు ఆయన గత సంవత్సరం దిశ పత్రికలో రాసిన సమీక్షల శీర్షికలను పరిశీలిద్దాం. రూట్ మార్చిన భక్తి సినిమా. చిత్ర పరిశ్రమకు ప్రేమ, హాస్యం తర్వాత లాజిక్‌తో పని లేకుండా ప్రేక్షకుల్ని థియేటర్స్ కి రప్పించే అంశం భక్తి అని వ్యాఖ్యానిస్తూ 1950లలో కమ్యూనిస్టు దృక్పథం కలిగిన వి. మధుసూదన్ రావు వంటి దర్శకులు తీసిన భక్తి సినిమాలనుంచి నేటి గ్రాఫిక్స్ ప్రధాన సినిమాలైన ఆదిపురుష్, హనుమాన్ వరకు ప్రభంజనం సృష్టించిన భక్తి కథనాలు ఈ 70 ఏళ్ల కాలంలో ఎలా రూట్ మార్చి తన ఉనికిని సరికొత్తగా నిలుపుకుంటూ వస్తున్నాయో విశదీకరించారు. మధుసూదన్ రావు, సిఎస్ రావు, వంటి దర్శకులు తీసిన భక్తి చిత్రాల్లోనూ రాజరికం, సామ్యవాదం, పెట్టుబడిదారీ వర్గాలు, దోపిడీ వంటి అంశాలను అంతర్లీనంగా చెప్పించి సంభాషణలు రాయించుకున్న వైనాన్ని హృద్యంగా పేర్కొన్నారు. బాపు రామాయణ కథా చిత్రాలు పౌరాణిక సినిమాల్లోనే ప్రభంజనం సృష్టించిన లవకుశతోపాటు తెలుగు వెండితెరపై పాముల ప్రపంచాన్ని రంగుల్లో తీసుకొచ్చిన ఏ.వీ.ఎం వారి నోము సినిమాతో అటు భక్తికీ, ఇటు కాసుకి కూడా నిర్మాతలకు గిరాకీ వస్తువుగా పాము హీరో సినిమాలు రూపాంతరం చెందిన వైనం మనకు గుర్తుచేశారు.

అలాగే నాగిన్ నుంచి దేవతలారా దీవించండి, విరూపాక్ష, కాంతారా వంటి ఫాంటసీ కథలు విజయవంతమై దర్శక నిర్మాతలకు కాసుల వర్షం కురిపించిన వైనంతోపాటు విపరీత ధోరణుల చిత్రాలను భక్తి పేరుతో జనం మీదకి వదిలేసి చేతులు కాల్చుకున్న వైనం కూడా మన దృష్టికి తెచ్చారు. యమ దొంగ నుంచి రాజమౌళి మార్కు భక్తి, రక్తి ప్రభంజనం మొదలై గుడి ప్రధాన కథా వస్తువుగా మారిందని చెప్పారు. ఇక ఆదిపురుష్ రామాయణ కథకు కొత్త భాష్యం చెబితే నాగ్ అశ్విన్ దర్శకత్వంలో వస్తున్న ప్రాజెక్టులో విష్ణు తత్వాన్ని చెప్పే కథ ప్రధానంగా ఉంటోందని వివరించారు. అమ్మోరు, అరుంధతి సినిమాలు కుప్పలు తెప్పలుగా జనాలను థియేటర్‌లలోకి రప్పించాయని ఇక చిత్తూరు నాగయ్య, ఎన్టీఆర్, ఏఎన్నారు వంటి వారు నటించిన భక్తి చిత్రాలు ఆ సినిమాలకో వన్నె తెచ్చాయంటారు. చివరగా పాత్రలకు సరిపడే పాత్రధారులతో భక్తితో తీసే సినిమాలు కావాలి కానీ ఫీలింగ్‌ను కృత్రిమంగా సృష్టించి ప్రేక్షకులను మెప్పించలేమని, రూట్ మార్చుకున్న భక్తి చిత్రాలు రూకలు తెచ్చి పెట్టలేవని ఒక మెరుపు వాక్యంతో తీర్పు చెబుతారు రచయిత.

అలాగే ఆత్రేయ వాగ్దానం పేరిట రాసిన సమీక్షలో శరత్ చంద్ర చటర్జీ రాసిన బెంగాలీ నవల 'దత్త' ఆధారంగా ఆత్రేయ వాగ్దానం సినిమాను 1961లో తీస్తే, విజయవంతం కాని మంచి దర్శకుడిగా ఆయనకు పేరు తెచ్చింది కానీ నిర్మాతకు నష్టాన్ని చూపించిందంటారు. అక్కినేని నాగేశ్వరరావు, కృష్ణకుమారి, నాగయ్య, గుమ్మడి, చలం, గిరిజ, రేలంగి,

సూర్యకాంతం, పద్మనాభం వంటి గొప్ప నటులు, దాశరధి, శ్రీశ్రీ, నార్ల చిరంజీవి, ఆత్రేయ వంటి వారి చక్కటి పాటలు, ప్రత్యేకించి విశేషంగా విజయం పొందిన శ్రీశ్రీ రాసిన శ్రీనగజాతనయం హరికథ వంటి ఎన్నో విశేషాలుండి కూడా ఈ చిత్రం విజయం పొందలేకపోవడం చూస్తే, ఎక్కడ లోపం జరిగి విఫలమైందో నాటి సినీ విశ్లేషకులు కూడా గ్రహించలేక పోయారని రచయిత వ్యాఖ్యానిస్తారు. మనసు పాటలతో, ఆర్త గీతాలతో తెలుగు పాటకు చిరస్థాయి కల్పించిన ఆత్రేయ రాసి ప్రేక్షకులను, రాయక నిర్మాతలను ఏడిపిస్తారనే నానుడిని గుర్తు చేశారు.

సినిమా కళపై అబిమానంతో, నిబద్ధతతో సినిమాలు చూసే రోజులు పోయాక స్టార్ వాల్యూ కొండెక్కి కూచున్నాక. చిత్రసీమ కొమ్మల్ని కాకుండా చెట్టు మొదలునే నరికిస్తున్న పెడ ధోరణులు అంతిమంగా ఓటీటీలకు పట్టం కడుతున్న రోజులు వచ్చేశాయంటూ కారకులెవరు అనే కథనంలో రచయిత పేర్కొని ఆలోచింపజేస్తారు. అగ్ర తారల పారితోషికాలకు బడ్జెటులో సగం కేటాయించాక హిట్ అయితే లాభం, ఫట్ అయితే చిత్రసీమకు చెందిన 24 విభాగాల వారు కుప్ప కూలిపోవడం గురించి చిత్రసీమ పెద్దలు ఆలోచించకపోతే భవిష్యత్తులో సినిమా వెండితెరను వదిలేసి ఇళ్లలో ఓటీటీ తెరల బాట పట్టే రోజు త్వరలో వస్తుందని కూడా రచయిత హెచ్చరిస్తారు.

అలాగే దొంగ పాత్రలను హిట్ ఫార్ములాగా మార్చేసిన గత 75 సంవత్సరాలుగా మన చిత్ర పరిశ్రమ కాసుల వర్షం కురిపించుకున్న చరిత్రను 'హిట్ ఫార్ములా... దొంగ' అనే రచనలో తెలిపారు. ఈ ఫార్ములా దెబ్బకు తెలుగు హీరోలందరూ సినిమాల్లో దొంగలు, మాఫియా డాన్‌లు, కరడు కట్టిన నేరస్తులుగా మారిపోయి, దొంగ చిత్రాల విజయగాథలను తమ పేరిట లిఖింపజేసుకున్నారని సోదాహరణ పూర్వకంగా వివరించారు. కష్టపడకుండా సంపాదించేసి సుఖాలు అనుభవించాలనుకునే సాధారణ మనస్తత్వాలను దొంగ బతుకు బ్రహ్మాండంగా ఆకర్షింపచేస్తుంది కదా. అందుకే దొంగ పాత్రలు తెరమీద గొప్ప హీరోలుగా మిగిలిపోతున్నాయంటారు.

అలాగే కథను ఆసక్తికరంగా, ఆరోగ్యప్రదంగా తెరకెక్కిస్తే చూసేవారికి ఆసక్తి కలుగుతుందనే ప్రాథమిక వాస్తవాన్ని మర్చిపోయి, సమాజాన్ని, వ్యక్తులను విడదీసి, విస్మరించి కథలను వదిలేసి సినిమాలను ప్రేక్షకుల పైకి వదులుతుంటే సంవత్సరానికి 155 సినిమాలు తీస్తే వాటిలో 10 కూడా విజయ బాట పట్టని వైఫల్యానికి కారకులెవరు అని నిగ్గదీశారు రచయిత. విజయ, వాహిని, రేవతి, భరణి, వినోద, సురేష్, పూర్ణోదయ, కౌముది, ఎంఎస్ ఆర్ట్స్ వంటి సినీ నిర్మాణ సంస్థలు తీసిన గత సినిమాలు కథతోనే ప్రయాణం చేయగా, అలాంటి కథ లేకుండానే ప్రయోగాల పేరిట తీస్తున్న సినిమాలు పరిశ్రమ మనుగడనే పెకిలించివేస్తున్నాయని రచయిత వాపోతారు. కరోనా పుణ్యమా అని వినోద పరిశ్రమలోకి దూసుకొచ్చిన ఓటీటీ ప్లాట్

ఫామ్‌లు నిరంతరం కొత్త కథలతో దూసుకువస్తుంటే సినిమాలు తీసేవారు ఇప్పటికీ పురాతన రాజులు, జమీందారులు, ఆత్మల వద్దే ఆగిపోవడం, ఆదిపురుష్ వంటి పౌరాణికాలకు కథ అవసరమే లేదనే దిశకు ఎదిగిపోవడం, కథ విడిచి సాము చేయడం సినిమాలకు మంచిది కాదనే పాఠం గత పరిశ్రమ నేర్పించినా ఆ తోవలోనే ఎక్కువ చిత్రాలు రావడం ఆశ్చర్యకరం అంటారు రచయిత.

అలాగే ఫిలిం చాంబర్ వంటి సంస్థలు ఎవరి ప్రయోజనం కోసం అనే ప్రశ్న లేవనెత్తి సినీ పెద్దలుగా చెప్పుకుంటున్న వారి నిర్వ్యాపకతను, నిర్లక్ష్యాన్ని ఎత్తిపొడిచారు. వినోదియ సిత్తం వంటి తమిళ సెల్యూలాయిడ్ దృశ్య రూపాన్ని తెలుగులోనూ సేమ్ దర్శకుడు సముద్రఖని బ్రో పేరుతో తీసినా అది ఎలా తేలిపోయిందో అందరికీ తెలుసు. 70 రోజుల్లో తీయాల్సింది హీరో సహకారం వల్ల ఇరవై ఒక్క రోజుల్లోనే పూర్తిచేసానని దర్శకుడు గర్వంగా చెప్పుకున్న బ్రో సినిమా తెలుగు థియేటర్లలో ఎలా రన్ అయిందీ అందరికీ తెలుసు. తమిళ, మలయాళ సినీరంగం తీస్తున్న క్లాసికల్ సినిమాలను రీమేక్‌లుగా మలిచి తెలుగు సినిమా కంపునంతా దాంట్లో కుమ్మరించి తీస్తున్న రీమేక్ సినిమాలకు పడుతున్న గతిని చూసైనా ఇకపై అలాంటి సినిమాలు రీమేకుల జోలికి మనవాళ్లు పోకుండా ఉంటే మంచిదేమో.

పాన్ ఇండియా సినిమాలంటూ ఇటీవల వేలం వెర్రిగా తయారై వస్తున్న సినిమాలు ఆ పదం అర్థాన్నే చెడగొట్టేలా తయారయ్యాయని, 'నిరాశపరుస్తున్న పాన్ ఇండియా' వ్యాసంలో రచయిత విమర్శిస్తారు. పాన్ ఇండియా చిత్రమంటే గ్రాఫిక్స్, భారీ సెట్టింగ్స్, విదేశాల్లో చిత్రీకరణ, వివిధ భాషలకు చెందిన గొప్ప గొప్ప నటులు వంటి హంగులు అనుకుంటున్నారు తప్ప సినిమాకు ప్రధానమైన కథ అవసరమని ఎవరూ ఊహించలేక పోతున్నారన్నది రచయిత విమర్శ. దీనికి తోడుగా సూపర్ స్టార్స్, మెగాస్టార్ ఇలా రక రకాలైన స్టార్స్ తమ పరిధిలో, తమది కాని పరిధిలో కూడా చేతులు పెడుతూ చిత్రం అపజయానికి తమదైన సహాయం చేస్తున్నందువల్లే పాన్ ఇండియాగా చెప్పుకుంటూ వస్తున్న చిత్రాలు విడుదలయ్యాక సోదిలోకి కూడా లేకుండా పోతున్నాయని రచయిత తీవ్ర ఆరోపణ చేశారు. వీళ్ల దెబ్బకు కాకలు తీరిన అనుభవం ఉన్న నిర్మాతలు కూడా నిండా మునిగిపోతున్నారని విచారం వ్యక్తం చేశారు. దర్శక నిర్మాతలు పాన్ ఇండియా సినిమాకు ముందుగా పాన్ ఇండియా స్థాయి కలిగిన కథ అవసరమని గుర్తించాలంటూ హితవు చెబుతారు.

మెకన్నాస్ గోల్డ్, ఏ ఫ్యూ డాలర్స్ మోర్, గుడ్ బ్యాడ్ అండ్ అగ్లీ వంటి ఆంగ్ల సినిమాల నేపథ్యంలో ఆరుద్ర చేత ఒక కథ అల్లించి దక్షిణ భారత సినీ చరిత్రలోనే మొట్టమొదటి కౌబాయ్ సినిమా కృష్ణ హీరోగా తీసిన మోసగాళ్లకు మోసగాడు ఎంత ట్రెండ్ సెట్టర్ అయిందో గౌరీశంకర్ గారు అద్వితీయంగా వివరించారు. అయిదు దశాబ్దాల క్రితం 1971లో వచ్చిన ఈ చిత్ర విజయానికి సాంకేతిక నిపుణులు ప్రదర్శించిన అత్యంత శ్రద్ధే కారణమని చెప్పారు.

రాజస్థాన్ ఎడారులు, బికనీరు కోట, పంజాబ్ లోని సట్లెజ్ నదీతీరం, హిమాచల్ ప్రదేశ్ లోని సిమ్లా పరిసరాలు, మంచు కొండలు,టిబెట్ పీఠ భూమి, పాకిస్తాన్, చైనా సరిహద్దు ప్రాంతాల్లో నిర్మించిన తొలి తెలుగు సినిమాగా మోసగాళ్లకు మోసగాడు చరిత్ర సృష్టించింది. పద్మాలయ సంస్థ స్థాయిని పెంచిన ఈ చిత్రం తర్వాత వీరే తీసిన అల్లూరి సీతారామరాజు, పాడిపంటలు, దేవుడు చేసిన మనుషులు, ఈనాడు వంటి వాటి గురించి చరిత్ర నేటికీ మాట్లాడుతూనే ఉందంటారు.

అలాగే రాజుపేద, మార్టిన్ లూథర్ కింగ్, కోట బొమ్మాళి పీఎస్, సప్త సాగరాలు దాటి, పెద్దమనుషులు, చిత్ర పదబంధాల మోళి.. పింగళి, కథ కన్నా... కథనం మిన్న.. చిన్నా, 800, భగవంత్ కేసరి, ఏవి బాలల చిత్రాలు, సాంకేతికత నిండిన ఆదిపురుష్, నేటికీ వన్నె తగ్గని రైతు బిడ్డ, ప్రపంచ స్థాయి సినిమాగా ఎదిగామా సినిమా కథ, కొత్త పుంతలు తొక్కుతున్న కథలు, అ.. ఆలు రాని స్థితి నుంచి, హాయ్ నాన్న.. ఫర్వాలేదు, ఏది చిన్న చిత్రం, ఏడు దశాబ్దాల దేవదాసు, తెలుగు చిత్రాల న్యూ ట్రెండ్, సందేశమివ్వని సలార్, రెండు చిత్రాలు ఒక అభిప్రాయం వంటి ఇతర వ్యాసాలు కూడా సినిమా కోసం గుప్పెడు ఊసులు అనే ఈ పుస్తకంలో ఉన్నాయి. ఈ 38 వ్యాసాలు చాలావరకు దిశ ఆన్ లైన్ పత్రికలో 2023 సంవత్సరంలో ప్రింట్ అయినవే. సంఖ్యలో చిన్నవే అయినా 75 సంవత్సరాలపైబడిన తెలుగు టాకీ చిత్రాల పరంపరలో తమ పేరిట చరిత్ర సృష్టించుకున్న అరుదైన సినిమాలు,అరుదైన నటుల వివరాలు, సినీ నిర్మాణ విశేషాలను ఈ వ్యాసాలు రమ్యంగా, అపురూపంగా పాఠకులకు అందించాయి. కొన్ని సినిమా పరిచయాలు దిశలో ప్రింట్ అయ్యాక రోజుల తరబడి పాఠకులు తనతో మాట్లాడుతూ వచ్చారని రచయిత స్వయంగా చెప్పుకున్నారు.

ఒక్కమాటలో చెప్పాలంటే ఒకరిని నొప్పించకుండా, నిక్కచ్చిగా చెప్పవలసిన విషయాన్ని కూడా అత్యంత సౌమ్యంగా, సమతుల్యతతో చెబుతూ ఇన్ని సమీక్షలను 8 నెలల కాలంలో భమిడిపాటి గౌరీశంకర్ గారు రాయడం, సింహభాగం దిశ పత్రికకే పంపడం దిశకు గర్వకారణం అని చెప్పాలి. తెలుగు సినిమా చరిత్రను స్థూలంగా అర్థం చేసుకోవాలంటే కూడా ఈ 'సినిమా కోసం గుప్పెడు ఊసులు' పుస్తకంకోసం చూడాల్సి ఉంది. అరుదైన సినీ చరిత్ర పరిజ్ఞానం, అసాధారణంగా నచ్చచెప్పే తీరు, తీర్పు చెప్పకుండా ఆలోచనలను ప్రేరేపించే శైలి.. పాత, కొత్త చిత్రాలకు సమ ప్రాధాన్యత ఇస్తూ రాయగలిగే విశాల దృష్టి... ఇన్ని సుగుణాలు ఉన్న రచయిత, మిత్రులు భమిడిపాటి గౌరీశంకర్ అధ్యాపక వృత్తిలో ఉంటూనే సినిమాపై ఆసక్తిని కొనసాగిస్తూ మంచి సమీక్షలు చేస్తూ వస్తున్నారు.

ఆయన తన ఆరోగ్యాన్ని కాపాడుకుంటూ సినిమా చరిత్రకు దర్పణం పట్టే ఈ అపురూప కృషిలో భాగమవడం కొనసాగిస్తారని, కొనసాగించాలని ఆశిస్తున్నాను. దిశలో ఇప్పుడు పూర్తి స్థాయి సినిమా సమీక్షల పేజీ ఉండకపోవచ్చు కానీ మీ సినీ సమీక్షలకు దిశ ఎప్పుడూ స్వాగతం

పలుకుతూనే ఉంటుందని మాట ఇస్తున్నాము. మీ ఈ సినీ సమీక్షల యజ్ఞాన్ని ఇలాగే ముందుకు తీసుకుపోతారని మనస్ఫూర్తిగా కోరుకుంటున్నాను. ముందుమాటలు రాసే అలవాటు లేదంటున్నా పట్టుబట్టి నా చేత ఈ పని చేయించిన మిత్రులు గౌరీశంకర్ గారికి కృతజ్ఞతలూ, ధన్యవాదాలూ...

**రాజశేఖరరాజు**

**న్యూస్ ఎడిటర్**

**దిశ సంపాదకీయ, సాహిత్య పేజీ**

**73964 94557**

# 'సినిమా' కోసం... గుప్పెడు ఊసులు

1. 'రూట్' మార్చిన భక్తి చిత్రాలు ............................ 1
2. ఆత్రేయ 'వాగ్దానం' ............................ 4
3. కారకులెవరు...? ............................ 7
4. హిట్ ఫార్ములా... 'దొంగ' ............................ 10
5. 'కథ' విడిచి సాము ............................ 12
6. ఎవరి ప్రయోజనం కోసం...? ............................ 15
7. ఫర్వాలేదు 'బ్రో'... కానీ...! ............................ 18
8. నిరాశ పరుస్తున్న... 'పాన్ ఇండియా' ............................ 21
9. ట్రెండ్ సెట్టర్ "మోసగాళ్లకు మోసగాడు" ............................ 23
10. ప్రభువులకు నీతి పాఠం 'రాజు – పేద' ............................ 26
11. ఓటు విలువను తెలిపే 'మార్టిన్ లూథర్ కింగ్' ....... 29
12. కొత్త జోనర్ లో 'కోటబొమ్మాళి పి. ఎస్.' ............................ 32
13. నేటి పల్లెల దృశ్యం... నాటి 'పెద్ద మనుషులు' ....... 38
14. 'చిత్ర' పదబంధాల మోళి... పింగళి ............................ 41
15. కథ కన్నా...కథనం మిన్న– ' చిన్నా' ............................ 45
16. 800... ఫర్వాలేదు... ............................ 48
17. కొత్త కలర్ లో పాత సీసా.... భగవంత్ కేసరి ....... 51
18. ఏవి బాలల చిత్రాలు ............................ 54
19. 'సాంకేతికత' నిండిన 'ఆది పురుష్' ............................ 57
20. నేటికీ వన్నె తగ్గని రైతు బిడ్డ ............................ 60

21. 'ప్రపంచ స్థాయి సినిమా'గా ఎదిగామా? ............. 62

22. 'సినిమా' కథ................................................... 66

23. క్రొత్త పుంతలు త్రొక్కుతున్న 'కథలు' ................... 69

24. 'అ... ఆ లు' రాని స్థితి నుంచి... ..................... 72

25. 'హేయ్ నాన్న'... ఫర్వాలేదు ......................... 75

26. ఏది చిన్న చిత్రం.................................... 78

27. ఏడు దశాబ్దాల 'దేవదాసు' ............................ 81

28. తెలుగు చిత్రాల 'న్యూ ట్రెండ్'...!? ..................... 84

29. సందేశమివ్వని......సలార్ ........................... 87

30. రెండు చిత్రాలు... ఒక అభిప్రాయం................. 89

'సినిమా' కోసం... గుప్పెడు ఊసులు

# 'రూట్' మార్చిన భక్తి చిత్రాలు

చిత్ర పరిశ్రమకు ప్రేమ, హాస్యం తర్వాత లాజిక్ తో పని లేకుండా ప్రేక్షకుల్ని థియేటర్స్ కి రప్పించే అంశం 'భక్తి'. 1950 ల నుంచి నేటి 'ఆది పురుష్' వరకు ఇందుకు ఉదాహరణగా అనేక సినిమాలను చూపించవచ్చు. ప్రతి దర్శకుడు ఏదో ఒక దశలో 'భక్తి'ని నమ్ముకొని 'చిత్రం' తీసినవారే. కమ్యూనిస్టు ఉద్యమ నేపథ్యం నుంచి వచ్చిన ఎంతో మంది దర్శకులు తమ సిద్ధాంతాలను ప్రక్కన పెట్టకుండానే ఈ కోవకు చెందిన చిత్రాలు నిర్మించి, దర్శకులుగా తన స్థానమును సుస్థిరం చేసుకున్నారు. గొప్ప ఉదాహరణ వి. మధుసూదన్ రావు. ఆయన తొలి చిత్రం 'సతి తులసి'. తర్వాత కాలంలో 'వీరాభిమన్యు', 'భక్తతుకారం' వంటి సినిమాలు తీశారు. పురాణ చిత్రాల బ్రహ్మగా కమలాకర కామేశ్వరరావు గారిది ప్రత్యేకమైన బాణిగా చెప్పుకోవాలి. కాలక్రమంలో వచ్చిన మార్పులను గమనిస్తూ భక్తి చిత్రాలను ఆయన చేశారు. 'వినాయక విజయం' అటువంటిదే. సి. ఎస్ .రావు వంటి వారు 'కృష్ణాంజనేయ యుద్ధం'లో రాజనాల, ఎన్టీఆర్ ల మధ్య సంభాషణలలో సామ్యవాదం, రాజరికం, పెట్టుబడి వర్గాలు దోపిడీ వంటి అంశాలను అంతర్లీనంగా చెప్పించి సంభాషణలు వ్రాయించుకున్నారు. జనం మెచ్చుకున్నారు. ఇహ 'బాపు' గురించి, ఆయన తీసిన 'రామాయణ కథ' చిత్రాలు గురించి ఎంత చెప్పుకున్నా తక్కువే. 'లవకుశ' ( పి.పుల్లయ్య, సి.ఎస్.రావు) సృష్టించిన ప్రభంజనం ఓ చరిత్ర.

వర్తమానంలో ఎన్నో సినిమాలు వస్తున్నాయి. 'నోము' సినిమాతో పాముల ప్రపంచం తెరమీదకి రంగుల్లో తెచ్చారు ఏ.వీ.ఎం. అంతకుముందు కూడా పాములు చిత్రాలు వచ్చాయి. కానీ 'పాము' హీరోగా వచ్చిన సినిమాలు అటు భక్తికి, ఇటు కాసుకి కూడా నిర్మాతలకు గిరాకీ వస్తువుగా రూపాంతరం చెందింది. క్రమేపి కాలంలో వచ్చిన సాంకేతిక మార్పులు, ప్రేక్షకులలో వస్తున్న ఆలోచన తీరును గమనించిన నిర్మాత, దర్శకులు నాటి 'నాగిని ' నుంచి నేటి 'విరూపాక్ష ' వరకు ఓ 'ఫాంటసీ' కథలను తయారు చేస్తున్నారు. క్షుద్ర శక్తికి, దైవభక్తికి మధ్య యుద్ధం గా హీరో, విలన్ లను సృష్టిస్తున్నారు. ప్రయోగాలు చేస్తున్నారు. శ్రీదేవి 'నాగిని ', ' దేవతలారా దీవించండి' నుంచి ఈ మధ్య వచ్చిన 'కాంతారా' వంటి చిత్రాలు విజయవంతమై

దర్శక నిర్మాతలకు కాసుల వర్షం కురిపించాయి. ఓ విజయవంత ప్రయోగాత్మక భక్తి చిత్రాలకు మార్గం సుగమం చేశాయి.

మారుతున్న కాలంతో పాటు సాంకేతిక అభివృద్ధి సాధ్యమైంది. మంచి చిత్రాలు తో పాటు విపరీత ధోరణుల చిత్రాలు 'భక్తి ' పేరుతో జనం మీదకి వదిలేస్తున్నారు. 'అమ్మోరు', 'దేవి పుత్రుడు', 'దేవి' చిత్రాల వేగం వలన కావచ్చు. ఓ రెండు చిత్రాల విజయం కావచ్చు. నిర్మాతలకు ధైర్యం వచ్చి 'కన్నయ్య – కిష్టయ్య' వంటి చిత్రాలను తీశారు. చేతులు కాల్చుకున్నారు. 'యమ దొంగ' నుంచి రాజమౌళి మార్కు భక్తి, రక్తి ప్రభంజనం మొదలైంది. 'గుడి' ఓ ప్రధాన కథా వస్తువుగా మారింది. గతంలో లేవని కాదు. కానీ సినిమాలో ప్రధానమైన 'ట్విస్టు'కి 'దేవాలయం' ఓ ప్రధాన అంశం అయింది. 'మురారి', 'శ్రీ ఆంజనేయం', 'కార్తీకేయ', 'కార్తీకేయ- 2' వంటి వాటి విజయాలు ఇందుకు ఊపిరిపోసాయి. 'ఎక్కడికి పోతావు చిన్నవాడా', 'బంగార్రాజు' వంటి సీక్వెల్స్ కూడా వచ్చాయి. సొమ్ము చేసుకున్నాయి. కేరళలోని గుడి అని చెప్పి 'యాగంటి'లో సినిమా తీసి ప్రేక్షకులు చెవులో పూలు పెట్టిన 'భక్తి', 'ప్రేమ' చిత్రాలు కూడా వచ్చాయి.

మితిమీరిన సాంకేతికతకు ప్రాధాన్యం కల్పిస్తూ వచ్చిన 'ఆది పురుష్' రామాయణ కథకు కొత్త భాష్యం చెప్పింది. 'వి ఎఫ్ ఎక్స్' ప్రాధాన్యం ఉన్న ఈ చిత్రంలో నటీనటుల ప్రతిభ, రామాయణ కథలోని భావోద్వేగాలు, కుటుంబ పరమైన ధర్మా ధర్మ సూత్రాలు ఎంతవరకు ప్రేక్షకులకు చేరాయో ఎన్నో సమీక్షలు తెలిపాయి. నాగ్ అశ్విన్ దర్శకత్వంలో ప్రాజెక్టుకు కూడా విష్ణు తత్వాన్ని చెప్పే కథని చెబుతున్నారు సినీ విశ్లేషకులు. తేజ సజ్జా నటిస్తున్న 'ఆదికేశవ'లో, 'రుద్రకాళేశ్వర్ గుడి' వెనుక మాఫియా నీడలతో చేసిన యుద్ధంను చూపించబోతున్నట్టు లీకులు ఉన్నాయి. సందీప్ కిషన్ నటిస్తున్న 'భైరవ కోన', పాన్ ఇండియా చిత్రంగా వస్తున్న 'హను-మాన్' వంటి చిత్రాలు ఏ మేరకు ప్రేక్షకులను మెప్పించి భక్తి రక్తి చిత్రాలుగా నిలుస్తాయో వేచి చూడాలి.

భక్తి చిత్రాలు నిర్మాణంలో ప్రధానమైనది కథకు సరిపడిన తారలు. వారి నుంచి నటనను రాబట్టుకొనే దర్శకులు. ఎమ్మెస్ రెడ్డి (శ్యాం ప్రసాద్ రెడ్డి) వంటి వారు 'అమ్మోరు', 'అరుంధతి'లకు ముందు అందరూ బాలలే నటించిన రామాయణం తీసి విజయ మందు కొన్నారు. దర్శకుడు గుణ శేఖర్. బాల భారతం, 'యశోద కృష్ణ' (ఈ రెండు చిత్రాలకు కె. కామేశ్వరరావు దర్శకుడు) వంటి వాటి తరువాత రామాయణం అందరు పిల్లలతో వచ్చింది. పై రెండు చిత్రాలలో కొన్ని ప్రధానమైన పాత్రలు ప్రసిద్ధ నటులు నటించారు. ఎందుకీ ప్రస్తావనంటే – భక్తి చిత్రాలు నిర్మించే ముందు 'కమిట్‌మెంట్ ' అవసరం. నాగయ్య నుంచి ఎన్ టీ రామారావు, అక్కినేని వంటి వారు భక్తి చిత్రాల్లో గొప్పగా నటించి ఆ సినిమాలకే వన్నె

తెచ్చారు. విప్రనారాయణ, భూ కైలాస్ నుంచి చక్రధారి, దానవీరశూరకర్ణ వరకు ఆయా నటుల, దర్శకులు అంకిత భావం తెలుస్తుంది. అంజి, దేవీ పుత్రుడు లాంటి చిత్రాలు ఎందుకు బాక్సాఫీస్ దగ్గర బోల్తా పడ్డాయో అందరికీ తెలిసిందే. ఏతా వాత చెప్పేదేమిటంటే పాన్ ఇండియా భక్తి చిత్రాలు తీసినా పాత్రలకు సరిపడే పాత్రధారులు లేకుంటే 'గ్రాఫిక్స్'లో అద్భుతాలు చేయవచ్చు కానీ 'ఫీలింగ్స్'ని సృష్టించి ప్రేక్షకులను మెప్పించలేమనేది తెలుసుకోవాలి. భక్తితో తీసే సినిమాలు కావాలి గాని కేవలం భక్తి సినిమాలు త్రీడీలో తీసినా ప్రయోజనం శూన్యం. 'రూట్' మార్చుకున్న భక్తి చిత్రాలు 'రూకలు' తెచ్చి పెట్టలేవనేది సత్యం.

**భమిడిపాటి గౌరీశంకర్**

**9492858395**

# ఆత్రేయ 'వాగ్దానం'

అరవైలా ప్రాంతంలో బెంగాలీ సాహిత్య ప్రభావం తెలుగు చిత్ర పరిశ్రమ పైన ఎక్కువగా ఉందనుకోవాలి. బడాదీదీ, దేవదాసు, అర్ధాంగి, వాగ్దానం వంటి చిత్రాలు కొన్ని బెంగాలీ నవలల ఆధారంగానే రూపొందాయి. అయితే అన్నీ విజయాలు సాధించలేదు. ప్రజా రంజకమైన కథనాలు, పేరున్న తారాగణం, మంచి పాటలు, చక్కని సంగీతం ఇన్ని హంగులున్నా పరాజయం పాలైన చిత్రాలున్నాయి. వాటిలో 'వాగ్దానం' ఒకటి. అక్కినేని నాగేశ్వరరావు, కృష్ణకుమారి, నాగయ్య, గుమ్మడి, చలం, గిరిజ, రేలంగి, సూర్యకాంతం, పద్మనాభం తదితరులు నటించారు. చిత్రం 1961 లో విడుదలై (5 అక్టోబర్) నిర్మాతకు నష్టాన్ని చూపించింది. ఈ చిత్రం విశేషం ఏమిటంటే రచన, దర్శకత్వం ఆచార్య ఆత్రేయ నిర్వహించడం. దాశరథి, శ్రీశ్రీ, నార్ల చిరంజీవి వంటి వారితో కలిసి ఆత్రేయ నాలుగు పాటలు వ్రాశారు. పెండ్యాల నాగేశ్వరరావు మంచి సంగీతాన్ని సమకూర్చారు. 'నా కంటి పాపలో' (దాశరథి), 'వెలుగు చూపవయ్యా' (ఆత్రేయ), 'శ్రీ నగజా తనయం' (హరికథ- శ్రీశ్రీ) వంటివి నేటికీ వినిపిస్తుంటాయి. నిర్మాతలు సత్యనారాయణ, శ్రీరామ మూర్తులు. ఆ రోజుల్లో శ్రీశ్రీ రాసిన 'హరికథ' విశేషంగా శ్రోతలను ఆకట్టుకుందనే చెప్పాలి. ఆకాశవాణిలో ఎక్కువగా వినిపించేది. ఈ సినిమా కథకు మూలం శరత్ చంద్ర బెంగాలీ నవల 'దత్త'.

చిత్రం ఆత్రేయను మంచి దర్శకునిగా చిత్ర సీమకు పరిచయం చేసింది. కానీ... విజయవంతమైన దర్శకుడుగా మాత్రం పేరు రాలేదు. ఆత్రేయ కథను ఎక్కడా బెంగాలీ వాసనలు లేకుండా నడిపారు. సాధ్యమైనంత వరకు సి. పుల్లయ్య, ఆదుర్తి దర్శకత్వ ఒరవడిని అనుసరించారు. సూర్యకాంతం, రేలంగి, పద్మనాభంల మధ్య హాస్యం పరవాలేదనిపిస్తుంది. ఆనాటి ప్రేక్షకులకు కావలసిన నటులు, మంచి కథ ఉన్నప్పటికీ ఆత్రేయను నిరాశపరిచింది. ఆత్రేయతో కలిసి స్క్రీన్ ప్లేను బొల్లిముంత శివ రామకృష్ణ కూడా చేశారు. బాగానే ఉంటుంది. కానీ... లోపం ఏమిటో నాటి సిని విశ్లేషకులు గ్రహించలేకపోయారనేది ఓ విశ్లేషణ. కథ పరంగా ఇది కూడా ఓ జమిందారి కథ. జమీందారు (విశ్వనాథం) నాగయ్య దగ్గరున్న (రంగనాథం) దివాన్ గుమ్మడి మరియు జగన్నాథం స్నేహితులు. జగన్నాథం కులం తక్కువ పిల్లను వివాహం చేసుకొని గ్రామ బహిష్కరణకు గురవుతాడు. తాగుడుకు అలవాటు పడతాడు. ఇతని కొడుకు (సూర్యం) అక్కినేని. జమీందారు కూతురు (విజయ) కృష్ణకుమారి.

సూర్యం డాక్టర్ చదివి ఓ ప్రజాసుపత్రి స్థాపించడం, విజయ, సూర్యంల ప్రేమ కథకు రంగనాథం జమిందారి ఆస్తికోసం తడి గుడ్డతో గొంతులు కోసే విధంగా వ్యవహరించి తన కొడుకు 'చలంకు కృష్ణకుమారితో వివాహం చేద్దామను కోవటం, సూర్యం దగ్గర నర్సు గా ఉండే రాధా (గిరిజ)తో అనుబంధాన్ని తప్పుగా చూపించి విజయ మనసు విరగడం, భాగవతార్ (రేలంగి) అతని భార్య (సూర్యకాంతం) సహాయంతో నిజం తెలుసుకోవడం వంటి సాధారణ ముగింపుతో చిత్రం 'శుభం' కార్డు పడుతుంది. నాటి సగటు ప్రేక్షకులు ఆశించే 'మలుపులు' సినిమాలో కాస్త 'స్లో' నెరేషన్ తో దర్శకుడు చిత్రించిన విధానం నిరాశకు గురిచేస్తుంది. నాగేశ్వరరావు కృష్ణకుమారి పాత్రలు ఎంతో హుందాగా ఉంటాయి. 'వన్నెచిన్నెలున్న' అనే పాటలో కృష్ణకుమారి ఎంతో పరిణితితో హావభావ ప్రకటన వెనుక ఆత్రేయ ప్రతిభను తెలుపుతుంది. 'శ్రీనగజ' హరికథలో రేలంగి మాటలు, ఘంటసాల గానం, పద్మనాభం, సూర్యకాంతంలో నటన హాస్యం అందిస్తుంది. ఇక్కడ సెట్ ప్రాపర్టీ కూడా నాటి రోజులను ప్రస్ఫుటంగా చూపిస్తుంది. నూట యాభై మూడు నిమిషాల నిడివి గల చిత్రంలో 'గుమ్మడి 'ది పరిపూర్ణమైన పాత్ర. అతని నటన 'న భూతో... '. చక్కని మేనరిజం తో అతని 'విలనీ' అతని ఎందుకు మహానటులా కీర్తి పొందాడో తెలుపుతుంది. నమ్మించి ద్రోహం చేసి, అది కూడా ఎంతో సహజమని పించే విధంగా చిత్రించి ఎదుటి వారికి చూపగల ప్రతిభను అవలీలగా చేశారు గుమ్మడి. ఆత్రేయలోని మంచి దర్శకుడు అన్నింటా కనిపిస్తాడు. కానీ... 'నాటకీయత' (బెంగాలీ వాసన) చిత్రంలో ఎక్కువ. కథనం కొన్నిచోట్ల పాత్రలను తేల్చివేస్తుంది. హీరో హీరోయిన్ల మధ్య ఒక్కటి తప్ప డ్యూయెట్స్ లేవు. నాగేశ్వరరావును అంతకుముందు 'ఎవర్‌గ్రీన్' గా చూసిన వారికి ఈ సినిమాలోని సూర్యం పాత్ర ఇబ్బంది పెడుతుంది. కృష్ణకుమారి పాత్ర (విజయ)ముందు కొన్ని సన్నివేశాలలో సూర్యం పాత్ర తేలిపోతున్నట్లుగా ఉంటుంది. ఎడిటింగ్ చేసిన ఎన్.ఎస్. ప్రకాష్ రావు, కెమెరా పి.ఎల్. రాయ్, వీ. రాయ్ ల ప్రతిభ సినిమాలో కనిపిస్తుంది.

'వాగ్దానం' చిత్ర దర్శకత్వం 'ఆత్రేయ' అని తెలియని వారు దర్శకుడు సి. పుల్లయ్య అనుకుంటారని కొంతమంది అభిప్రాయం. వీరిద్దరి మధ్య అనుబంధం అంటువంటిది. ఆదుర్తి ప్రభావం 'పాటల' విషయంలో కనిపిస్తుంది ('నా కంటిపాపలో..'). దుస్తులు విభాగం కూడా ఒక కొత్తదనాన్ని ప్రదర్శించిందని చెప్పాలి. కళా దర్శకుడు చక్కని పనితనం కనిపింపజేశాడు. ఆత్రేయ బేసిక్ గా మంచి రచయిత (నాటక రచయిత). ఎన్.జి.వో., కప్పలు వంటి రచనలు ఈ అంశాన్ని ప్రస్ఫుటం చేస్తాయి. కానీ... రచన, దర్శకత్వం అనేవి ఎంతో కష్టమైన బాధ్యతలు. 'ఆత్రేయ రాసి ప్రేక్షకులను, రాయక నిర్మాతలను ఏడిపిస్తారు' అని విమర్శ ఉంది. 'మురళీకృష్ణ' పాత్ర పాటల కోసం సి. పుల్లయ్య గారి కోపం కూడా ప్రస్తావించారు. 'నీ సుఖమే నేను

కోరుతున్న' పాట పుట్టుక నేపథ్యం తెలిసిందే. అటువంటి ఆత్రేయ 'దర్శకత్వం' చేయటం సాహసమైనది ఆనాటి ఆయన అభిమానుల అభిప్రాయం. ఆయన మంచి నటుడు కూడా. 'కోడెనాగు' (కౌముది వారిలో) శోభన్ బాబుకు గురువుగా వేశారు. రచయిత, నటుడు, దర్శకుడుగా ఆత్రేయ ప్రతిభను కాదనటానికి ఆ ఫాలాక్షునికి కూడా ధైర్యం చాలదు. గీత రచయితగా అతనిది 'మనసు కవిగా శాశ్వత ముద్ర. నాటి ఆత్మబలం నుంచి నిన్న మొన్నటి 'ప్రేమ్ నగర్', 'దసరా బుల్లోడు' వరకు ఆయనకున్నన్ని 'హిట్స్ మరొకరికి లేవు. బహుముఖ ప్రతిభ మూర్తి 'ఆత్రేయ'. ఆయన తెలుగువారి ఆస్తి. 'పాట' భూమి మీద ఉన్నంతకాలం 'ఆత్రేయ' ఉంటారు. 'కళ్ళలో ఉన్నదేదో.', 'మౌనమే నీ భాష... 'ఇలా ఎన్నెన్నో. పైడి పాల గారు చేసిన పరిశోధన ఇందుకు ఓ గొప్ప ఉదాహరణ. 'ఆత్రేయ' గారిని పైడిపాలగారు సంపూర్ణంగా ఆవిష్కరించారు. 'ఆత్రేయ' తెలుగు వారికి మాత్రమే లభించిన 'వరం'. అతనిని మరవటం అసాధ్యం.

(సెప్టెంబర్ 13 ఆత్రేయ గారి వర్ధంతి.)

**భమిడిపాటి గౌరీ శంకర్**

**9492858395**

# కారకులెవరు...?

వర్తమాన సాంకేతిక విప్లవం అరచేతిలో ఇమిడిపోయింది. చేతివ్రేళ్ళ చివరి నుంచి 'ప్రపంచ సినిమా' కళ్ళ ముందు సంపూర్ణమైన విశ్లేషణలతో ప్రత్యక్షమవుతున్నది. నాసిరకం కథ, స్క్రీన్ ప్లేలను సగటు ప్రేక్షకుడు అంగీకరించడం లేదు. ప్రతీ నిర్మాత దర్శకులు తమ చిత్రం గొప్పది గానే చెబుతారు (చెప్పాలి కూడా). ప్రచారం చేసుకుంటారు. కానీ.. వీటిని నమ్మే దశలో ప్రేక్షకులు (అభిమానులు కూడా) లేరు. ఈ నేపథ్యం నుంచి ఓ రెండు వందల చిత్రాలను ఈ మధ్య కాలంలో ప్రేక్షకుల 'మెప్పు' కోసం విడుదలైనాయి. ఓ పది సినిమాలు కూడా పట్టుమని పది రోజులు ఆడలేదు. ఒకట్రెండు సినిమా వాల్ పోస్టర్స్ మీద మాత్రమే మూడవ వారమనే ప్రింటు చూస్తున్నాము. "సినిమా అనేది కోట్ల మీద వ్యాపారం. కానీ.. మాటల మీద వ్యాపారం కాదు. మరి దానిని అనుకున్న బడ్జెట్ లో ఎలా పూర్తి చేయాలో, ఎంత నిష్కర్షగా, నిక్కచ్చిగా ఉండాలో నిర్మాత ప్రణాళిక వేసుకోవాలి. మిగిలిన సాంకేతిక నిపుణులకు అతడే మార్గదర్శి" అంటారు కె.వి. రెడ్డి గారు. ఆయన తన చేతిలో ఉన్న స్క్రిప్ట్ తోనే బడ్జెట్ అంకెలను సహితం పేర్కొనే వారనే ఉన్నారు. బ్యాండ్ స్క్రిప్ట్ చేతిలో లేకుండా షూటింగ్ కు వెళ్లేవారు కాదు. ఆనాటి దర్శక నిర్మాతలు, కృష్ణ 'అల్లూరి సీతారామరాజు' చిత్రానికి సహితం రచయిత మహారథి గారు స్క్రిప్ట్, సంభాషణలు వంటి వాటి పట్ల నిబద్ధమైన సంప్రదింపులు జరిపారని ఆయనే చాలా సందర్భాలలో చెప్పారు. పూర్తిస్థాయిలో, కొన్ని వందల మందిలో, అడవిలో షూటింగ్ చేసుకున్న ఆ చిత్రం 'బడ్జెట్' అంచనాలను దాటి పోలేదు. ప్రముఖ నటులంతా అందులో ఉన్నారు. ఇందుకు కారణం ఆ చిత్ర నిర్మాతలుగా వ్యవహరించిన ఆది శేషగిరిరావు, హనుమంతరావులనే నంటారు సూపర్ స్టార్. ఆ చిత్రం ఓ చరిత్ర. ఇది గతం.

గత వర్తమానాలు బేరీజు వేసుకుంటే సినిమా నిర్మాణం అనేది కొంతమంది చేతులలోకి వెళ్లిపోయింది. వారు కూడా చిత్ర ఫలితాలు తారుమారైతే నష్టపోయిన సందర్భాలున్నాయి. కానీ.. థియేటర్లు, పంపిణీ, రాజకీయ, సామాజిక, సాంకేతిక సమీకరణాల వలన తక్కువ నష్టాలతో ఒడ్డున పడుతున్నారు. నటీనటుల కాంబినేషన్స్ లో క్రేజీ ప్రాజెక్టును పట్టా లెక్కించి, పాపులర్ అయిన వారున్నారు. కర్ణుడి చావుకు లక్ష కారణాలు అని చెప్పటంలో ఇటువంటి అంశాలున్నాయి. బడ్జెట్ ను ఎవరు అదుపు చేస్తారనేది వర్తమాన చిత్ర పరిశ్రమలో మిలియన్ డాలర్ల ప్రశ్న. తారల రేట్లు విపరీతంగా పెంచుకుపోతున్నారు (డిమాండ్, సప్లై సూత్రం ఇక్కడ

వర్తిస్తుంది.) కానీ.. చిత్రం ఫలితం గల్లంతయితే నిర్మాతలకు కనీసం పెట్టుబడి కూడా రావడం లేదు. అలాగని చిన్న చిత్రాలు తీసే వారికి థియేటర్లు దొరకని స్థితి. ఇందుకోసం ఓ సిండికేట్ వ్యవస్థ యొక్క నియంత్రత్వమనేది ఒక వాదన. నిజానిజాలు పక్కన పెడితే విపరీతమైన ప్రచారం చేస్తున్న హైప్ మొదటి ఆటతోనే 'తుస్సు'మంటున్నది. అంతే రెండో ఆట నుంచి టికెట్లు తెగటం నెమ్మదిస్తుంది. ఇందుకు ఉదాహరణగా ఈ మధ్య కాలంలో విడుదలైన కొన్ని చిత్రాలను చెప్పుకోవచ్చు. నిర్మాతల నష్టాన్ని భర్తీ చేసే నటులు ఇద్దరు, ముగ్గురు అటు తమిళ, ఇటు తెలుగు పరిశ్రమలో ఉన్నారు. వారికి నిర్మాతల సంక్షేమం, జీవితాలు గురించి తెలుసు. వారు కూడా నిర్మాణ రంగంలోనికి దిగి చేయి కాల్చు కోవడం అందరికీ తెలిసిందే.

ఓటిటిల ప్రభావం చిత్ర పరిశ్రమ మీద ఎక్కువ అనేది ఎవరు అంగీకరించని, (అంగీకరించవలసిన) అంశం. కానీ.. తెరపైన సినిమాని ఇది శాసిస్తుంది. కరోనా సమయంలో దీని యొక్క విశ్వరూప సందర్శన పరమార్థం అందరికీ అర్థమైంది. దానికి ఎడిక్ట్ అయిపోయారు. "చిత్రాల విజయాలను శాసిస్తున్నది థియేటర్‌లలోని పాప్ కార్న్ కూడా"నని అన్న దర్శకుడు తేజ మాటలను కొట్టి పారేయలేం. థియేటర్ యాజమాన్యం, షాపు ఓనరు కలిపి పది రూపాయల పాప్ కార్నును వందకు పెంచేసి, ప్రేక్షకులు జేబుకు చిల్లు పెడుతున్నారు. నలుగురు కుటుంబ సభ్యులతో సినిమా థియేటర్ కు వెళ్లిన వారికి మినిమం ఇంటర్వెల్ ఖర్చు వెయ్యికి పైనే...ఈ పరిస్థితులలో స్నేహితులు, కుటుంబాలతో సరదాగా కలిసి సినిమా చూసే అవకాశాలు దాదాపుగా మూసుకుపోయానే చెప్పాలి. "తారల పారితోషికాలు ఎందుకు పెరుగుతున్నాయనేది, దాని వలన చిత్ర ఫలితాలు, తదనంతర కాలంలో నిర్మాణం, డిస్ట్రిబ్యూషన్, కార్మికులు, నిర్మాత, దర్శకులు వంటి ఇరవై నాలుగు విభాగాల వారు ఏమవుతారో, వారి భవితవ్యం ఏమిటో కూడా చిత్ర పరిశ్రమకు ఆలోచిస్తున్నట్టు లేదు. చిత్ర సీమలో నిబద్ధత లేదని చాటుకుంటున్నామేమోననే అపవాదు ఉంద"ని సుందర లాల్ నహత ఆరున్నర దశాబ్దాల క్రితం చేసిన వ్యాఖ్యానం. వెరసి అటు సాంకేతికత, ఇటు పరిశ్రమ పరమైన 'స్వంత లాభం' వంటివి ప్రేక్షకుల పైన భారంగా పడుతున్నాయి. క్రమేపి సినిమాను పెద్ద తెరపై చూసి ఆనందించే స్థాయిని దూరం చేస్తున్నాయి. ఒకనాడు ఇసుక నేలలో సింగిల్ ప్రొజెక్టుపై 'పాత ఎన్టీవోడు, అక్కినేని వోడు' సినిమాలను చూసే క్రింది వర్గానికి ధరల మెట్లు దిగువ స్థాయికి చేర్చేశాయి. సెల్ ఫోన్ లో అక్రమంగా చిత్రాన్ని చూసుకునే అవకాశమిస్తున్నాయి. సినిమాలోని లాజిక్ ను పట్టించుకోకుండా సరదాగా మూడు గంటల సినిమా చూడాలనుకునే వాడికి 'మాల్' లోని థియేటర్లు సహకరించే స్థితి లేదు. అందరూ కలిసి ఇంట్లో ఓటిటిలో చూసుకుంటున్నారు. నష్టం లేని పని కుటుంబ సభ్యులంతా ఖర్చు లేకుండా చూస్తున్నారు. ఈ నిర్ణయం సగటు ప్రేక్షకుడు ఎందుకు తీసుకుంటున్నాడు? ఆలోచించేది ఎవరు? వంద

సినిమాలకు కనీసం పది సినిమాలైనా పెట్టుబడి వచ్చేటట్టు చేసుకునేది ఎవరు? కోట్లు పెట్టేవాడు కోట్లు లాభం ఆశించడం తప్పు కాదు. కానీ.. వాటిని తెచ్చుకునే పథకం కూడా తెలియాలి. ఆ దిశగా ఆలోచించుకోవాలి.

ప్రొడక్షన్ కాస్ట్ పెరిగిందనేది తరచుగా వినపడే మాట. అసలు పోస్ట్ ప్రొడక్షను, ప్రీ ప్రొడక్షన్ సమయాలలో ఎటువంటి కార్యక్రమాలు ఉంటాయి. ఏయే విభాగంలో ఈ రెంటి మధ్య సమన్వయం, అవసరం ఉంటాయో ఎంతమంది క్రొత్త నిర్మాతలకు తెలుసు అనేది సందేహం. ప్రాథమికమైన అవగాహన లేమితో కేవలం డబ్బుందనే కారణంగా, ఆశతో చిత్ర నిర్మాణం కొనసాగించి మధ్యలో చతికిలబడిన వారు, ల్యాబ్ లలో ప్రింట్స్ వదిలేసుకున్నవారు సినిమా చరిత్రలో ఎందరెందరో.. 'ఒక్క అవకాశం అని' వెళ్ళి బ్రతుకులో కనీసం 'ఒక్క ఛాన్స్' కూడా లేకుండా పోయినవారు పరిశ్రమలో ఉన్నారు. మురళీమోహన్ లాంటి వారు అన్ని విభాగాలపై పట్టు, చిత్ర పరిశ్రమలోని లోగుట్టు తెలిసిన తరువాతే క్రమశిక్షణతో, ఆర్థికపరమైన పక్కా ప్రణాళికలతో ముందుకు వెళ్లారు. చిత్రాలు తీశారు. విజయవంతమైనారు. నాటి విజయ, భరణి, సురేష్, బాబు మూవీస్, కౌముది, ఎన్.ఎ.టి., అమృత వంటి బ్యానర్లు క్రమశిక్షణతోనే విజయాలకు చిరునామాగా మిగిలారు. వారు నడిచిన మార్గాలు, పాటించిన నైతిక సూత్రాలు తెలుసుకునే వారేరి?

**భమిడిపాటి గౌరీశంకర్**

**9492858395**

# హిట్ ఫార్ములా... 'దొంగ'

చిత్ర పరిశ్రమలో హిట్ ఫార్ములా కొన్నింటిని అనుసరిస్తారు. వాటితో వరుస చిత్రాలు నిర్మిస్తారు. కథనుసరించి ప్రధాన పాత్రలకు ప్రముఖ హీరోలను తీసుకుంటారు. ఎనభైశాతం విజయాన్ని ఆశిస్తారు. ఈ వరుసలోకి వచ్చే ఫార్ములా 'దొంగ' పాత్రలు. 1950 నుంచి గమనించి చూస్తే 'దొంగ' పాత్రలను ప్రముఖ హీరోల దర్శక నిర్మాతలు ప్రేక్షకుల నుంచి కాసుల వర్షం కురిపించుకున్నారు. నాటి రాజు- పేద నుంచి కూడా ఈ 'దొంగ' పాత్ర విజయవంతమైన సినీ సూత్రమే. నాటి నుంచి నేటి వరకు 'దొంగ' పాత్రలు అద్భుతంగా చిత్రించిన దర్శకులు ఎందరో ఎందరెందరో. బి. ఏ. సుబ్బారావు, ఆదుర్తి సుబ్బారావు, వి. మధుసూదనరావు, కె.ఎస్. ప్రకాశరావుల నుంచి నేటి రాజమౌళి వరకు ఈ జాబితా కొనసాగుతూ వస్తున్నది. రాఘవేంద్రరావు 'గజదొంగలో ఎన్టీఆర్ 'గోల్డ్ మ్యాన్‌గా చిత్రించారు. ఓపాట కూడా చిత్రించారు. ఒకానొక దశలో 'దొంగ' పేరుతో వరుసగా సినిమాలు. 'దొంగ రాముడు' 'టక్కరి దొంగ' 'బందిపోటు దొంగలు' 'దొంగలకు దొంగ' 'జేబు దొంగ' ' అడవి దొంగ'.. అబ్బో ఇలా చెప్పుకుంటూ పోతే నాటి ఎన్టీఆర్ నుంచి నేటి ఎన్టీఆర్ వరకు 'దొంగ' పాత్రలు పోషించి విజయం సాధించుకున్నారు. కలక్షన్ లను దోచుకున్నారు. 'భలే తమ్ముడు' చిత్రంలో ఎన్టీఆర్ ద్వి పాత్రాభినయం చేసారు. అందులో ఒకటి 'దొంగ' పాత్ర. మధుసూదనరావుగారు 'అక్కాచెల్లెలు' చిత్రంలో 'దొంగ' పాత్రలో (నాగేశ్వరరావు) కథను మలుపు తిప్పుతారు. ఇందులో నాగేశ్వరరావు డ్యూయల్ రోల్ వేసారు. రాజసులోచన, విజయశాంతి, విజయ లలిత తదితరులు 'దొంగ' స్త్రీ పాత్రలు ధరించి ధర్మ సంరక్షణ చేసేవిగా పేరు సంపాదించుకున్నారు. ఇది తర తరాల 'దొంగ' చిత్రాల విజయ గాథ. 'దొంగ' పాత్రలతో కథను అల్లుకునేవారు. తమిళ, తెలుగు, హిందీ, ఇంగ్లీష్ లో ఎక్కువగా ఉంటారు. ఆంగ్లంలో రాబిన్ హుడ్ కథలు కుప్పలు తెప్పలుగా వచ్చాయి. వస్తున్నాయి. 'దొంగ' కథలకు కావలసినంతగా కాన్వాసు ఉంటుంది. సెంటిమెంట్, ప్రేమ, డ్రామా, నాటకీయత వంటివి అద్భుతంగా పండుతాయి. 'దొంగరాముడు' చిత్రంలో ఏన్నార్, జగ్గయ్య, జమునల మధ్య నడిచిన సన్నివేశాలు ఇందుకు ఉదాహరణగా చెప్పుకోవచ్చు. సెంటిమెంట్ గీతం కూడా చిత్రిస్తారు. ఇదో మాస్, కమర్షియల్ ఎలిమెంట్ గా చిత్ర పరిశ్రమ భావిస్తుంది.

వర్తమానానికొస్తే... దొంగ పాత్రల ఆహారవ్యవహారాదులు మారాయి. బుగ్గన చుక్క, గళ్ళ లుంగీ, గళ్ళ చొక్కా, పెద్ద బెల్ట్, మెడలో కర్చీఫ్, కాని... నేటి చిత్రాలలో ఖరీదయిన, అత్యంత సహజమైన సంభాషణలలో 'సైలెంట్‌గా తడి గుడ్డలతో గొంతులు కోసే 'మాఫియా డాన్‌లు 'దొంగ' పాత్రలుగా చలామణి అవుతున్నారు. మణిరత్నం, రామ్ గోపాల వర్మ ఈ ఒరవడికి శ్రీకారం చుట్టారని చెప్పాలి. కమలహాసన్, రజనీకాంత్ ల దగ్గర నుంచి రవితేజ, పవన్ కళ్యాణ్, ఎన్టీఆర్(జూ), అల్లు అర్జున్, కార్తి, విష్ణు, విష్వక్ సేన్ వంటి ప్రముఖులు కూడా ఈ తరహా పాత్రలను పోషించారు. రఫ్ గా ఉండే దొంగ పాత్రలతో (పుష్ప1,2) వంటి చిత్రాలతో పాటు కామెడీ 'దొంగలు' పాత్రలు నాటి రాజనాల (గుండమ్మ కథ) నేటి రవితేజ (విక్రమార్కుడు) ఎన్టీఆర్(యమ దొంగ) వంటివారున్నారు. 'దొంగ' పాత్రలు విజయవంతం చేసిన హీరోలు సినిమాలు సీక్వెల్స్ గా కూడా వస్తున్నాయి. 'రాజరాజ చోర' (శ్రీ విష్ణు) పుష్ప (అల్లు అర్జున్) కెజిఎఫ్ (రెండు భాగాలు) వంటివి కొన్ని ఉన్నాయి. 'సర్దార్' 'పొన్నియన్ సెల్వన్'లతో విజయాలందుకొన్న కార్తి 'జపాన్' అనే సినిమా చేస్తున్నారు. ఇందులో ఆయన 'బంగారు దొంగ' అని సినీ వర్గాల టాక్. రాజు మురుగన్ దర్శకుడు. క్రిష్ దర్శకత్వంలో పవన్ కళ్యాణ్ నటిస్తున్న 'హరిహర వీరమల్లు', రవితేజ నటిస్తున్న 'టైగర్ నాగేశ్వరరావు' వంటి జీవిత కథలు తెర మీద సందడి చేయబోతున్నాయి.

'దొంగ' పాత్రలు చిత్రసీమకు విజయ కేతనాలు. దర్శక నిర్మాతలకు ఆదాయ మార్గాలు. హిట్ గ్యారంటీ అని చెప్పగల చిత్రాలు. ప్రేక్షకులను అలరించే వినోదాలు. కనకనే 'దొంగ' పాత్రలు తెర మీద గొప్ప 'హీరోలు'.

**భమిడిపాటి గౌరీశంకర్**

**9492858395**

# 'కథ' విడిచి సాము

సినిమాకి కథ ఎందుకు. అరటిపండు తొక్క చాలని ఆ మధ్యకాలంలో ఓ ప్రముఖ దర్శకుడు చెప్పటం జరిగింది. ఈ వ్యాఖ్యానం చాలు వర్తమానంలో వస్తున్న చిత్రాల తీరు తెన్నులు చెప్పటానికి. కేవలం ఒక సంఘటన ఆధారంగా కథ అల్లుకోవటం వేరు. 'కథ' చుట్టూ సంఘటనలను పేర్చుకుంటూ వెళ్ళటం వేరు. ఒకటి అస్థిపంజరం, రెండోది 'ప్రాణమున్న దృశ్యం'. చిత్రాలు నిర్మించడానికి 'కథ' అవసరం లేకపోవచ్చు (నిర్మాత ఉంటే చాలు). కాని చిత్రం చూడటానికి మాత్రం అవసరమే. 'అరువు కథలు, అనుసరణ కథలు, అనువాద కథలలో తెలుగు దనాన్ని తీసుకురాలేం. ఆ 'కథ' ఆత్మను తెర పైకి తీసుకు రాగలిగితేనే విజయం లభిస్తుందని ఆరు దశాబ్దాలు క్రితం ప్రముఖ దర్శక నిర్మాత ఎల్. వి. ప్రసాద్ గారు వివరణ ఇచ్చారు. ఏభై, అరవైల దశకంలో శరత్ నవలలను దర్శకులు, నిర్మాతలు చిత్రాలుగా నిర్మించారు. కొంత వరకూ విజయాలు సాధించారు. అర్ధాంగి, దేవదాసు, చిరంజీవులు, కులదైవం ఇలా మరికొన్ని ఉన్నాయి. ఆ తరువాత దశకాలలో కూడా తమిళ, హిందీ, మరాఠీ సినిమా కథలతో చిత్రాలు నిర్మించారు. కథలేని చిత్రం శవానికి చేసిన అలంకారమని ఆనాటి (నేటికీ కొందరి) నమ్మకం. అసలు సినిమాకి 'కథ అవసరమా అని ప్రశ్నించే వారున్నారు.

'కథ' అనేది సమాజంలోని వ్యక్తుల జీవితాల నుంచి పుడుతుంది. చిత్రమనేది ఊహ కావచ్చు. కాని... ఆ ఊహకు కూడ ఆలంబన వ్యక్తి. మరి అటువంటి సమాజాన్ని, వ్యక్తులను విడదీసి, విస్మరించి 'కథలను వదిలేసి చిత్రాలు ఎలా విజయవంతమవుతాయి. "కథలు సందేశాత్మకం కానవసరం లేదు. కాని ఆలోచింపజేసేవిగా ఉండాలి కదా. చిత్రమన్నాక సందేశాలు ఎందుకు. అందుకోసం లక్షల ఖర్చు ఎందుకు. అయినా వినోదం కోసం కథల ఎంపిక అవసరం అంటారు చక్రపాణిగారు. వారి చిత్రాలు చూస్తే ఈ వ్యాఖ్యానం ఆయన అనుభవసారమనిపిస్తుంది. 'షావుకారు' దగ్గరి నుండి 'విజయ' వరకు వారి సినిమాలు గమనిస్తే అంతర్లీనంగా కథ ప్రాధాన్యతను వారెంతగా విశ్వసించారో గమనించవచ్చు. 'వాహిని' 'రేవతి' 'భరణి' 'వినోద' 'సురేష్' వంటి సంస్థలు, తరువాత కాలంలో వచ్చిన 'పూర్ణోదయ' 'కౌముది' 'ఎం.ఎస్. ఆర్ట్స్' (మల్లెమాల గారి) వంటి సంస్థలు 'కథ' కోసమే సినిమాలు తీసేవారు. శంకరాభరణం, కోడెనాగు, అమ్మోరు, అంకుశం వంటి సినిమాలు కేవలం కథతోనే ప్రయాణం చేశాయి. వీటిని వారు ప్రయోగాలుగా భావించలేదు. అటువంటి

కథలను గురించి ప్రేక్షకులు ఆలోచించాలని, ఆ కోవకు చెందిన పాత్రల పట్ల సానుకూల దృక్పథంతో ఉండాలని తీసారు. ఇది సందేశమే కథ కదా సస్పెన్స్, పౌరాణికం, థ్రిల్లర్, హారర్ ఇలా ఏదైనా కథ ఉంటే, దానిని ఆసక్తికరంగా ఆరోగ్యప్రదంగా తెరకెక్కిస్తే, చూసేవారికి 'ఆసక్తి' కలుగుతుంది. కథ లేకుండా ప్రయోగాలు చేసినా వికటిస్తాయి. ఈ మధ్య కాలంలో వచ్చిన అనేక చిత్రాలు అందుకు ఉదాహరణ. ఆరు నెలల కాలంలో 155 చిత్రాలు వస్తే కేవలం పది చిత్రాలు కూడా ప్రేక్షకుల మన్ననలందుకోలేదు. కారణం కథను ప్రక్కన పెట్టి సమీకరణాలతో చిత్రాలు నిర్మిస్తే నష్టపోయేదెవరు. ఓటిటి ఫ్లాట్ ఫారంపైన నిరంతరం క్రొత్త కథలతో కొత్తతరం దూసుకువస్తుంటే, చిత్రాలు తీసేవారు మాత్రం ఇంకా పురాతన రాజులు, జమీందారులు, ఆత్మలు దగ్గరే ఆగిపోతున్నారు. కుటుంబంలోని వారసులను హీరోలుగా చూపించటం కోసం తపిస్తునారు. డబ్బు మాది, మా ఇష్టం అని భావించవచ్చు. కాని... పరిశ్రమ మనుగడ కోసం కూడా ఆలోచించాలి కదా. ఒక చిత్రం నిర్మాణానికి 24 విభాగాలు అవసరం. ఆయా విభాగాలలో పనిచేసే వారి 'జీవనం' అవసరం. జయాపజయాలు వారిపైన ప్రభావం చూపుతాయి. కనుకనే పాత తరం కథ కోసం తపించేవారు. తమకోసం ప్రత్యేకంగా కథా విభాగమును ఏర్పాటు చేసుకునే వారు. అంత జాగ్రత్తగా ఉన్నా సరే అపజయాలు తప్పలేదు. 'రాజ మకుటం' వంటి చిత్రాలు ఈ కోవకే చెందుతాయి. కథ సినిమాకి ప్రాణం అని విశ్వసించే వారి ఫలితాలే ఇలా ఉంటే అసలు కథే అవసరం లేదు అనేవారు తరువాత కాలంలో ఎక్కడున్నారో అందరికీ తెలిసిందే.

గతించిన కాలంలో నవల చిత్రాలు ఎన్నో వచ్చాయి. జనాదరణ పొందిన యద్దనపూడి, అరికపూడి, రామలక్ష్మి, జలంధర, వసుంధర, మాదిరెడ్డి, కొమ్మూరి, యండమూరి వంటి వారి నవలలు చిత్రాలుగా వచ్చాయి. చక్రవాకం, ప్రేమ్ నగర్, ప్రేమ నక్షత్రం, జాగృతి, జీవన తరంగాలు, రెండు కుటుంబాల కథ, అభిలాష, చాలెంజ్ ఇంకా చాలా ఉన్నాయి. ఇవన్నీ విజయవంతం అవ్వడానికి కారణం ఆ రచనలోని కథ. ముఖ్యంగా కుటుంబ పరమైన అంశాలు, సమాజ పరమైన వ్యక్తుల ఆలోచనలు ,కథనం వంటివి చిత్రానికి అవసరమని నమ్మే దశకాలలో ఇటువంటి నవలలు ప్రేక్షకాదరణ, పాఠకాదరణను పొందాయి. నిర్మాతలకు లాభాలను తీసుకువచ్చాయి. ఈ మధ్య కాలంలో వచ్చిన త్రివిక్రమ్ గారి 'అ. ఆ..' చిత్రం యద్దనపూడి గారి మీనా( ఇదే పేరుతో గతంలో విజయనిర్మల గారి దర్శకత్వంలో వచ్చింది) రచన విజయాన్నందుకుంది. అనగా పటిష్టమైన కథనానికి 'కమర్షియల్ ఎలిమెంట్స్' జోడిస్తే నిర్మాత 'సేఫ్ జోన్' లోనే ఉంటాడని నిరూపించింది. ఆ తర్వాత వచ్చిన బలగం, విరూపాక్ష తదితరాలు కూడా కథా బలానికి మానవ ఆకర్షిత అనుబంధాలు, ప్రేమ, ఆచార సంప్రదాయాలు వంటి సెంటిమెంట్స్ వేదిక కావడం విజయాన్ని సొంతం చేసుకున్న చిత్రాలు

నిరూపించాయి. వర్తమానంలో ఓ నవల చదివి దానిని చిత్రంగా మలిచే స్క్రీన్ ప్లే బాధ్యతను తలకి ఎత్తుకొని ఓ చక్కని బ్యాండ్ గా చేసుకునే నిర్మాత, దర్శక కథకులు కరువయ్యారు. హీరో, హీరోయిన్స్ ఉంటే చాలు. సినిమాను ఎవరైనా తీయవచ్చు. ఎలాగైనా తీయవచ్చు. డబ్బు పెట్టే పెట్టుబడిదారుడు ఉంటే చాలు. నిర్మాత అవసరం లేదు. అందుకే కాలక్రమేణా సీనియర్ నిర్మాతలు చిత్ర నిర్మాణానికి దూరంగా ఉండిపోయారు. దుక్కిపాటి మధుసూదన రావు, నవత కృష్ణంరాజు తదితరులు వేరు. కానీ ఉన్న తమ్మారెడ్డి భారద్వాజ వంటి వారు ఉదాహరణ. దిల్ రాజు లాంటి వారు ఆధునికతను అనుసరిస్తూనే 'సీతమ్మ వాకిట్లో...' 'శతమానం భవతి' వంటి ఆరోగ్యవంతమైన చిత్రాలను నిర్మిస్తున్నారు. గమనిస్తే చూసేవారికి ప్రతి విజయవంతమైన చిత్రం వెనుక ఓ బలమైన కథ ఉంటుందని అర్థమవుతుంది. కానీ గమనించేవారు తక్కువై పోయారు. 'ఆది పురుష్' వంటి పౌరాణికాలకు కథ అవసరం లేదు అనే దశకు కొంతమంది ఎదిగిపోయారు. మరి విజయాలు ఎలా వస్తాయి? లాభాలు ఎలా తెస్తాయి? కథ విడిచి సాము సినిమాలకు మంచిది కాదనే పాఠం గతంలో పరిశ్రమ నేర్పించిన.. ఆ త్రోవలోనే ఎక్కువ శాతం చిత్రాలు రావడం ఆశ్చర్యకరం. మార్పు కోసం వేచి చూడడమే..

భమిడిపాటి గౌరీశంకర్
9492858395

# ఎవరి ప్రయోజనం కోసం...?

"చిత్ర పరిశ్రమలో అతి ముఖ్యమైన నిర్మాణ, తార, సాంకేతిక, పంపిణీ, ప్రదర్శన వర్గాలు- వాటి మధ్య ఏమాత్రం సహకారం లేకుండా పనిచేస్తున్నాయి. ఉత్తమ చిత్ర నిర్మాణానికి వీటి మధ్య సమన్వయం ఎంతో అవసరం" ఇది ఏడు దశాబ్దాల క్రితం ప్రముఖ నిర్మాత పంపిణీదారుడు సుందర్ లాల్ నహత వ్యాఖ్యానం. వర్తమానంలో ఎంతమాత్రం విభేదించ అవకాశం లేని ఆణిముత్యాల వంటి మాటలవి. ఎందుకీ చర్చ అనే ప్రశ్నకు ఈ మధ్య జరిగిన ఫిలిం ఛాంబర్ ఎన్నికల నేపథ్యం, ఫలితాలని సమాధానం ఇవ్వక తప్పదు. ఏమిటి ఫిల్మ్ ఛాంబర్ (సినీ వర్గాలతో పరిచయం లేని వారి కోసం) అని ప్రశ్నించుకుంటే తెలుగు చలనచిత్ర పరిశ్రమలో అటు మూవీ ఆర్టిస్టు అసోసియేషన్, ఇటు సినీ కార్మికుల ఫెడరేషన్‌లకు చెందిన ఎటువంటి సమస్యలకైనా మధ్యలో పెద్దన్నయ్య పాత్ర వహించే సంస్థ. ప్రభుత్వాలతో చిత్ర పరిశ్రమ సమస్యలపై చర్చించే బాధ్యత కూడా 'ఫిల్మ్ ఛాంబర్ ఆఫ్ కామర్స్' తీసుకుంటుంది. ఇటువంటి గురుతర బాధ్యతను తెలుగు సినీ పరిశ్రమ తరపున నిర్వహించే ఛాంబర్ కు ఎన్నికలు జరిగాయి. ప్రముఖ సినీ నిర్మాత, పంపిణీదారుడైన 'దిల్' రాజు అధ్యక్షులుగా ఎన్నికైనారు. ఇది సంతోషించ దగ్గ విషయమే. కానీ.. ఇక్కడ గమనించవలసిన విషయాలు ఒకట్రెండున్నాయి.

ఈ మధ్య కాలంలో చిన్న, పెద్ద సినిమాలనే చర్చ విపరీతంగా జరుగుతున్నది. చిన్న సినిమాలను 'ఒక వర్గం' తొక్కేస్తున్నదని, ప్రదర్శనకు థియేటర్లు దొరకనీయటం లేదనే ఉద్యమాలు వచ్చాయి. వస్తున్నాయి. మీడియా కూడా రెండు వర్గాలుగా (తెరచాటున) విడిపోయి ఏ వర్గం లాభనష్టాలు.. కష్టసుఖాలు వివరిస్తున్నాయి. ఈ నేపథ్యంలో చిన్న సినిమా నిర్మాతలు, బడా చిత్రాలు నిర్మాతలుగా పరిశ్రమలో 'వర్గాలు' ఉన్నాయి. ఎవరి కష్టాలు వారివి. ఎవరి వేదన వారిది. అయితే... ఇటువంటి పరిస్థితులలో ఫిల్మ్ ఛాంబర్ ఎన్నికలు జరిగాయి. కొంత వివరాలలోకి వెళితే– ఫిల్మ్ చాంబర్ లో ప్రధానంగా నాలుగు విభాగాలు ఉంటాయి. అవి ప్రొడ్యూసర్ సెక్టార్, డిస్ట్రిబ్యూటర్స్ సెక్టార్, ఎగ్జిబిటర్స్ సెక్టార్, స్టూడియో సెక్టార్. వీటిలో సినిమా పంపిణీదారుల విభాగం ఐక్యతగా ఎన్నిక ఏకగ్రీవం చేసుకున్నారు. కానీ మిగిలిన మూడు విభాగాలకు పోటీ ఎన్నిక అనివార్యమైంది. ఈ విభాగంలో ప్రముఖ నిర్మాత 'దిల్' రాజు ప్యానెల్, సీనియర్ ప్రొడ్యూసర్ సి. కళ్యాణ్ పానెల్ (చిన్న చిత్రాల నిర్మాతలు బలపరచిన) లు

పోటీపడ్డాయి. పోటీ హోరాహోరీ గానే జరిగింది. కొద్దిపాటి మెజార్టీతో 'దిల్' రాజు అధ్యక్షులుగా ఎన్నికైనారు. ఇది విశేషమో.. కాదో.. సినీ వర్గాల విషయం. ఇక్కడ గమనించ దగ్గ అంశం ఏమిటంటే చిన్న చిత్రాలను తొక్కిస్తున్నారని, వాటి మనుగడ కష్టమవుతున్నదని. ఈ విషయంలో ప్రభుత్వమే తగు విధంగా నిర్ణయాలు తీసుకోవాలని వేదికలెక్కి ఉపన్యాసాలు ఇచ్చే వారంతా తామే తమ పోరాట ప్రతినిధిగా సి. కళ్యాణ్ గారిని బలపరచారు. కానీ... చివరకు కళ్యాణ్ గారి వర్గం కోశాధికారి తదితర పాత్రలకే పరిమితమయ్యారు. చిన్న నిర్మాతలు ఎక్కువమంది ఉన్న సి. కళ్యాణ్ గారి ప్యానెల్ లో సహజంగా వారే గెలుస్తారని అందరూ అనుకుంటారు. కానీ చిత్రంగా 'దిల్' రాజు గారి వర్గం (కొద్దిపాటి మెజార్టీ అయిన ) విజయం వెనుక ఉన్న అంశాలు ఏమిటి అనేది ఒక చర్చ. ఈ సంగతిని ప్రక్కన పెడితే... అసలు చిన్న, పెద్ద సినిమాలు అనే వర్గీకరణ క్రీనీడలో ఉన్నదెవరు? తక్కువ బడ్జెట్ తో తీసే చిన్న సినిమాలలో క్వాలిటీకి పెద్దపీట వేయక పోవచ్చు. మరి 'బలగం' లాంటి చిత్రాలు ఎలా విజయం సాధించాయి? 'పద్మిని', 'విమానం' వంటివి కూడా ఉన్నాయి కదా. పెద్ద సినిమాలు విజయం సాధించినవి ఎన్ని? నిర్మాతలకు డబ్బులు తెచ్చినవి ఎన్ని? సమీకరణాల మధ్య తామే బలపరచిన 'వర్గీయులు' తమ వారిని ఎందుకు గెలిపించుకోలేదు. తెర వెనుకలున్న విషయాలను గురించి చర్చించనవసరం లేదు. కానీ.. చిన్న పెద్ద అనే విభజన యుద్ధంలో బలైపోయి 'ప్రింట్లు' ల్యాబ్ లలో మగ్గి పోతున్న బడుగు చిత్ర నిర్మాతల గురించి ఎవరు ఆలోచిస్తారు? ఎవరికివారుగా తమ లాభాల కోసం, ప్రచారం కోసం తపన పడే (వి)చిత్ర పరిశ్రమలో నిజంగా చిన్న (మంచి) సినిమాలను తీసే నిర్మాతల వైపు పోరాడేది ఎవరు? తమ వారెవరో.. కాని వారెవరో తెలుసుకోవడం కష్టమనే వాస్తవం ప్రస్తుత ఫిల్మ్ చాంబర్ ఎన్నికల ఫలితాలు తెలుపుతున్నాయనే సినీ విశ్లేషకులు ఉన్నారు.

చిన్న చిత్రాలు సంవత్సరానికి 200 చిత్రాలకు పైగానే విడుదలవుతున్నాయి. దాదాపుగా అన్ని రెండో, మూడో ఆటలు తర్వాత తెరకు దూరమవుతున్నాయి. ఈ అపజయాల కారణంగా ఆ చిత్ర నిర్మాతల భవిష్యత్తు ఏమిటి? నిర్మాతను తమ తమ 'కళా 'చాతుర్యంతో అంచనాకు మించి ఖర్చు చేయించి, చివరకు 'నిరాశ 'పరిచే వర్గం కూడా ఇటువంటి ఎన్నికల ఫలితాలను ప్రభావితం చేశారనుకోవచ్చు అనేది ఒక వర్గం విశ్లేషణ. ఈ ఫలితాలు విడుదల, 'దిల్' రాజు గారు అధ్యక్షులుగా పీఠం అధిరోహించిన సమయం (జూలై 31)లోనే సినిమాటోగ్రఫీ 1954 చట్ట సవరణ బిల్లుకు లోక్ సభలో ఆమోదం లభించింది. ఈ 'అంశం' కూడా ఒకానొక రాజకీయ చర్చకు తెరలేపింది. ఇందుకు కారణాలు కూడా మీడియాలో వచ్చాయి. అంతా బాగుందని అనుకున్నా, చిన్న చిత్ర నిర్మాతలకు ఒరిగే మేలు ఏమిటో ఎవరూ చెప్పడం లేదు. మరి చాంబర్ ఎన్నికల ఫలితాలు భవిష్యత్తుకు చెప్పేదేమిటి? బహుశా ఈ ప్రశ్నకు సమాధానం

కాలం చెబుతుందని పెద్దలు వక్కాణించవచ్చు. కానీ అందరికీ మేలు జరిగే చిత్ర నిర్మాతలు నిలదొక్కునే అవకాశాలు కల్పించే మార్పులు ముందు ముందు జరుగుతాయనే వారు బహు తక్కువ.

"చలనచిత్ర పరిశ్రమకు ఒక పద్ధతి లేదని, ఇక్కడ దాంబికం ఎక్కువ అనే విమర్శ సరైందేనని మనం ఒప్పుకోవాలి. నిర్మాతలు, పంపిణీదారులు, ప్రదర్శకులు ఈ ముగ్గురు చలనచిత్ర పరిశ్రమలో మూడు ముఖ్యమైన విభాగాలకు బాధ్యులు. అయితే ఇందులోని మొట్ట మొదటిది నిర్మాణ విభాగం. ఈ విభాగంలో ఒక క్రమమైన పద్ధతి, కార్యకలాపాలలో ఒక నిర్ధారితమైన విధానం వగైరాలు లేవని నేను నా అనుభవంతో తెలుసుకున్నాను" అంటారు సుందర్ లాల్ నహతా గారు. ఇది నేటికీ కూడా నిజమే అని అనిపిస్తుంది. చిన్న నిర్మాతలకు అనుభవ లేమి నిజమే. కానీ... వారికి దిశా నిర్దేశం ఛాంబర్ చేస్తే బాగుంటుంది. చిన్న నిర్మాతలు సహితం ముందుగా ఛాంబర్ పెద్దలతో, అనుభవజ్ఞులతో సంప్రదింపులు చేస్తే ఉభయకుశలోపరిగా 'మేలు' జరిగే అవకాశాలు ఉన్నాయనచ్చు. ఇటువంటి సందర్భాలలో ఫిల్మ్ ఛాంబర్ 'ఎవరి ప్రయోజనం..' కోసం తమ కార్యక్రమాల రూపకల్పన చేస్తున్నదో అందరికీ విదితమవుతుంది. ఆ దిశగా కే.ఎల్. దామోదర ప్రసాద్, 'దిల్' రాజుల కృషి ఉంటుందని సినీ అభిమానుల ఆశ.

**భమిడిపాటి గౌరీశంకర్**

**9492858395**

# ఫర్వాలేదు 'బ్రో'... కానీ...!

'సత్యం సత్యం కాదు... అదో ఆత్మ భ్రమ' అనేది శంకర భాష్యం. 'ముసాఫిర్' జీవితాలకు వర్తమానం సత్యమనుకోవటం 'తాను' లేకుంటే వ్యవస్థలు ఆగిపోతాయి అనుకోవటం మనిషి కనే 'కల'లకు పరాకాష్ట. నాటి 'గీత' నుంచి నేటి ప్రవచన కర్తల(?) మాటల వరకు జీవితం అ శాశ్వతం అనే చెబుతారు. కానీ.. 'తాను లేకుంటే' అనే అహంకారానికి లోనవుతారు. 'తన 'కంటే 'తన' వారిని ఎవరూ బాగా చూసుకోగలరు అనే "భ్రమ"లో సత్యాన్ని మరచిన మనిషి చివరి మజిలీలో విషాదానికి లోనై మరొక్క అవకాశం కోసం ఎదురు చూస్తాడు. కానీ.. నిజంగా 'ఒక అవకాశం' లభిస్తే అతను అంతర్ముఖుడవుతాడు. కనకనే శంకరాచార్యుల వారు 'సత్యం నిజంగా సత్యం కాద'ని చెప్పటం ఈ చేదు నిజానికి సెల్యూలాయిడ్ దృశ్య రూపం 'వినోదియ సిత్తం' తమిళ చిత్రం. ఓ యాభై ఏళ్లు దాటిన తండ్రి 'తన' కుటుంబం 'తను' లేకుంటే ఏమైపోతుందనే తపన పడతాడు. కానీ... అతని మరణానంతరం మరొక్క అవకాశంతో 'వస్తే' అతను తెలుసుకున్న 'జీవిత' సత్యాలు ఏమిటో 'సముద్రఖని' ఈ చిత్రంలో చెబుతాడు. తమిళంలో ఓ మేధా పరమైన వర్గీయుల చిత్రంగా, ప్రవచనాల సినిమాగా ముద్ర పడింది. దీనికి తెలుగు రీమేక్ 'బ్రో'... ఇంత డ్రై సబ్జెక్టును పవన్ కళ్యాణ్ వంటి స్టార్ తోనా అనేది 'వ్యాపారాత్మక విలువ చిత్ర ప్రపంచం ఆశ్చర్యపోయింది'. 'డెబ్బై రోజులు అనుకున్నది పవన్ అంగీకరించగానే ఇరవై ఒక్క రోజులకే' పూర్తి చేశానని దర్శకుడు సముద్రఖని ఓ దినపత్రిక ముఖాముఖిలో ప్రకటించారు. ప్రస్తుతం ఈ సినిమా ఎలా 'రన్' అవుతున్నది మనందరికీ తెలుసు.

రీమేక్' సినిమాలు తెలుగు చిత్ర సీమకు కొత్త కాదు. నాటి 'దేవాంతకుడు' (ఎన్టీఆర్ ) కూడా ఈ కోవకు చెందినదనే వారున్నారు. ఎన్టీఆర్, సావిత్రి అన్నా చెల్లెలుగా నటించిన 'రక్తసంబంధం' దగ్గర నుంచి 'శుభాకాంక్షలు' మీదుగా 'బ్రో' వరకు రీమేకుల ప్రయాణాన్ని చెప్పుకుంటే విజయాలు కన్నా 'నిరాశ పరిచినవే' ఎక్కువగా కనిపిస్తాయి. కారణం... కథలోని 'ఆత్మ', 'నేటివిటీ' వంటి అంశాలు .ముఖ్యంగా ఒక్కొక్క ప్రాంతం ప్రజలు అనగా ప్రేక్షకులు ఒక్కొక్క రకానికి చెందిన చిత్రాలు చూస్తారు. విజయం అందిస్తారు. అంత మాత్రం చేత అది అందరూ అంగీకరిస్తారని చెప్పలేం. 'లోకో భిన్న రుచి' అనేది ఓ సామెత. ముఖ్యంగా కథకు వ్యాపారాత్మక హంగులు, హీరోయిజపు మసాలాలు వంటివి జోడిస్తే ఆ చిత్రం విజయం అనేది కాలం నిర్ణయిస్తుంది. ఇందుకోసం కొన్ని 'సినిమా సమీకరణాలు', 'రాజకీయ పార్టీలు',

'వ్యక్తులపై విమర్శలు' వంటి కారకాలను కేవలం అభిమానుల కోసమే అనే షుగర్ కోట్ తగిలిస్తే అటువంటి చిత్రాల ప్రేక్షకాదరులను అంచనా వేయడం కష్టం. 'బ్రో' సినిమా కథ క్లుప్తంగా చెప్పుకోవాలంటే 'మార్క్' అనే మార్కండేయులు కథ. అతను తను లేకపోతే కుటుంబం, కార్యాలయం పనిచేయవని విశ్వసిస్తాడు. ఇంతలో ఒక ప్రమాదంలో ప్రాణాలు కోల్పోతాడు. కాల దేవుడు( టైం) పరిచయంతో అతడికో 'అవకాశం' దొరుకుతుంది. అతను తిరిగి తన జీవితం ప్రారంభమైన తర్వాత ఉల్లిపాయ పొరలు వంటి మానవ సంబంధాలలోని సాంద్రత అర్థమవుతుంది. అతని ప్రేమ కథానాయిక కేతికా శర్మ, తల్లి రోహిణి, ప్రియా ప్రకాష్ వారియర్, వెన్నెల కిషోర్ వంటి వారి పాత్రలు ప్రేక్షకుడిని ఎంటర్ టైన్ చేస్తాయి. దేవుడు (పవన్ కళ్యాణ్) అతనికి తోడుగా ఉండి, నాటకీయ శైలిలో 'మార్క్' సమస్యలను పరిష్కరిస్తాడు. పవన్ కోసం, పవన్ కొరకు, పవన్ యొక్క చిత్రంగా దర్శకుడు తనదైన మార్కుతో చిత్రాన్ని ముగించటం మాత్రం బాగుందనిపిస్తుంది. దేవుడంటే సీరియస్ అనుకోకూడదు. పక్కా కమర్షియల్. ముఖ్యంగా తెలుగు సినిమా హీరోయిజపు గొప్పతనాలను రిచ్ గా ప్రదర్శించి తన భక్తుడిని సమస్యల నుంచి గట్టెక్కించే పాత్ర. సాయిధరమ్ తేజ్ తన పాత్ర వరకు తను 'కష్టపడ్డాడు'. పవన్ కు 'గోపాల గోపాల' తర్వాత ఆ తరహా పాత్ర ఇది. తనదైన ప్రత్యేకమైన ముద్ర 'తన' పాత్రను అవలీలగా చేసేసారు. ఆయన అభిమానులు ఫుల్ ఖుషీ.

చిత్రం ప్రారంభ ముగింపులు 'పవన్' పాత్ర ముందు, తర్వాత అనే వర్గీకరణ కిందకి వస్తాయి. సెకండాఫ్ చిత్రం గ్రాఫ్ క్రమేపి క్రింద కు వచ్చేస్తున్న సమయంలో ముగింపు తిరిగి మీదకి తేవటం దర్శకుడు ముద్ర కనిపిస్తుంది. రచన సముద్రఖని, శ్రీవత్సవ్, విజ్ఞులు చేశారు. తమన్ సంగీతంలో పాటలు విన సొంపుగా లేవనే చెప్పొచ్చు. శ్లోకం పరవాలేదనిపిస్తుంది. పవన్ కళ్యాణ్ సన్నివేశాలలో ఆర్ ఆర్ మాత్రం ఆకట్టుకునే రీతిలో కొనసాగుతుంది. సుజిత్ వాసుదేవ్ ఛాయా గ్రహణం బాగుంది. నిర్మాణ విలువలు సాధారణంగా ఉన్నాయి. సాయిధరమ్ తేజ్ తన పాత్రకు ఎంతవరకు అవసరమో అంత చేసాడు. సుబ్బరాజు, బ్రహ్మానందం తదితరులు తమ పరిధి మేరకు నటించారు. రోహిణి మాత్రం బాగా చేసింది.

ఈ చిత్రం ప్రధానాకర్షణ స్క్రీన్ ప్లే, సంభాషణలు బాధ్యత నిర్వహించిన త్రివిక్రమ్ శ్రీనివాస్. ఆయనను మాటల మాంత్రికుడు అంటారు. ఆయన సంభాషణలో సహజంగా 'తడి' ఉంటుంది. అది మనిషి జీవితం యొక్క సహజమైన ఆర్ద్రత యొక్క 'తడి'. ఆయన సినిమాలను గమనించిన వారికి ఇది అనుభవవైక సారం అని తెలుస్తుంది... తన సహజత్వానికి దూరం తన కలాన్ని ఉంచటం ఆయన సూత్రం కాదు. అయినా ఈ చిత్రంలో ఆయన కలం నుంచి ఆశించిన స్థాయిలో సంభాషణలు రాలేదు. కొన్ని సంభాషణలు పైన నెటిజన్లు విపరీతమైన 'ట్రోల్' చేయటం గమనించ దగ్గ అంశం. 'హాల్లో షర్ట్ విప్పొచ్చు. బెడ్ రూంలో ప్యాంటు

విప్పొచ్చు. బాత్‌రూంలో అండర్ వేర్ కూడా విప్పొచ్చు. కానీ వీడిని ఎక్కడ విప్పాలో తెలియదు' ఇటువంటి సంభాషణలు త్రివిక్రమ్ కలం నుంచి ఎలా వస్తాయో, ఎందుకు వచ్చాయో అర్థం కాదు. శ్రీనివాస్ కలంలో ఇటువంటి బలహీనమైన భావజాలం ఉండటం వెనుక బలమైన కారణం ఏమిటో దేవుడికి తెలియాలి. అలా అని సినిమా నిండా ఇటువంటి వని కావు. త్రివిక్రమ్ మార్క్ సంభాషణలు కూడా ఉన్నాయి. 'ఆన్సర్ లేని చోట ప్రశాంతత ఉండదు'. 'అందరూ నా ముందు యాక్ట్ చేశారని తెలిసింది. కానీ డైరెక్ట్ చేసింది మా అమ్మ అని ఇప్పుడే తెలిసింది'. 'నిజం చెప్పడం వల్ల వచ్చే సుఖమే వేరు. నిజం చెప్పు'. 'పుట్టడం మలుపు.. చావడం గెలుపు.. ఇది తెలిస్తే చావు కూడా సంతోషంగా ఉంటుంది..' 'రాజుకైన, కూలీకైనా నేను ఇచ్చేది ఒకటే సమయం'.. ఇలా మరికొన్ని ఉన్నాయి. పవన్ కళ్యాణ్ నటన, శరీర భాష బాగా తెలిసిన వ్యక్తి త్రివిక్రమ్, కనకనే వినోదియ సిద్ధం కధకు స్క్రీన్ ప్లే ఆయన అప్పగించారు అనిపిస్తుంది. మొత్తంగా 'బ్రో' సినిమా పరవాలేదు అనిపిస్తుంది. కానీ పవన్ కళ్యాణ్ అభిమానులకు కనుల విందు మాత్రమేనని మెదడులో ఓ భావనను కలిగిస్తుంది. మనిషి జీవితం ప్రయాణం, జనన మరణాలు, మరణం తర్వాత ఆగని కాల ప్రయాణం, మారిన వ్యక్తిత్వాలు వంటి సత్యాలను 'లైటర్ వే'లో చెప్పే ప్రయత్నం 'బ్రో'. దర్శకుడుగా సముద్రఖని పవన్ ను ఎలా చూపిస్తే అభిమానులు ఆనందిస్తారో అలానే చూపించారు చివరిగా.

ఈ మధ్య షార్ట్ రీల్ లో విజయేంద్ర ప్రసాద్ గారు జర్నలిస్టు ప్రశ్నకు సమాధానం ఇస్తూ 'పవన్ కళ్యాణ్ సినిమాలకు కథ అనవసరం. ఆయన సినిమాలలో సన్నివేశాలను కలిపితే సరిపోతుంది అన్నారు'. 'బ్రో' లో కూడా పవన్ కళ్యాణ్ పాత సినిమాలలో పాటలుకు మళ్ళీ ఆయన నటనతో తెరపై చూస్తుంటే ఆయన అభిమానుల ఆనందం థియేటర్ల వద్ద కనిపిస్తుంది.

**భమిడిపాటి గౌరీ శంకర్**

**9492858395**

# నిరాశ పరుస్తున్న... 'పాన్ ఇండియా'

వర్తమానంలో చిన్న, పెద్ద అనే తేడా లేకుండా హీరోలంతా పలవరిస్తున్న, కలవరిస్తున్న, దర్శక నిర్మాతలు ప్రచార చిత్రాలలో ఊదరగొడుతున్న పదం 'పాన్ ఇండియా చిత్రం'. మాది పాన్ ఇండియా చిత్రమని చెప్పుకోవడం ఒక సంప్రదాయంగా మారుతున్నదీ. ఒక్కసారి సింహావలోకనం చేసుకుంటే గతంలో విడుదలైన 'రాధేశ్యామ్' 'లైగర్' 'శాకుంతలం' 'యశోద' వంటి నిర్మాత, దర్శకులనే కాకుండా ఆయా చిత్రాల హీరోలను, ప్రేక్షకులను కూడా నిరాశ పరిచాయి. 'దసరా' 'విరూపాక్ష' వంటి చిత్రాలు బహుభాషా చిత్రాలుగా ప్రకటనలు గుప్పించినా తెలుగులో తప్ప మిగిలిన భాషలలో నిరాశనే మూట గట్టుకున్నాయి. 'మేజర్', 'కారికేయ2' చిత్రాలు మాత్రం జాతీయ స్థాయిలో తమ స్టామినాలను నిరూపించుకున్నాయి. మిగిలిన చిత్రాలతో విజయవంతమైన చిత్రాలను పోల్చి చూస్తే ఫలితాల్లో తేడా ఎక్కడుంది అనేది స్పష్టంగానే కనిపిస్తుంది. 'పాన్ ఇండియా' చిత్రం అంటే ఒకేసారి బహు భాషలను లక్ష్యంగా చేసుకోవడం. ఏకకాలంలో ఆయా భాషల్లో విడుదల చేయాలి. అయితే ఇదంతా సులభం కాదు. ఎందుకంటే ప్రతి ఒక్క భాషా చిత్ర పరిశ్రమకు తనదైన 'శైలి' ఉంటుంది. 'ప్రాంతీయత' ఉంటుంది. ఆచార సంప్రదాయాలు ఉంటాయి. వీటి నేపథ్యంలో వాటికున్న వైవిధ్యాలు వేరు, 'విరూపాక్ష', 'దసరా' వంటి సినిమాల కథా నేపథ్యం మిగిలిన భాషా చిత్రాలకు నప్పదు. డబ్ చేసుకోవడం వేరు. మలయాళం, తమిళ, కన్నడ వంటి చిత్ర పరిశ్రమలు తమ ప్రాంతీయతకు అనుగుణంగా కథలను వ్రాసుకుని సినిమాలుగా మారుస్తాయి. ఉదాహరణ- 'కాంతారా'. అదే విధంగా తెలుగులో తయారైన 'విరూపాక్ష'. వీటిని ఏ దృష్టి కోణంలో 'పాన్ ఇండియా' చిత్రాలుగా వర్గీకరించాలి అనేది ప్రచార ఉబలాటం కోసం వినియోగించుకున్న, తదుపరి కాలంలో మలయాళం, హిందీ, తెలుగు భాషల చిత్రాల నేపథ్యాలకు పొసగవు. కనకనే 'విరూపాక్ష', 'దసరా', 'ఏంజిల్', 'రావణాసుర', 'దాస్ కా దమ్ కీ' వంటి చిత్రాలను మిగిలిన భాషలలో విడుదల చేసినా అనుకున్న ఫలితాలను ఇవ్వలేకపోయాయి.

ఈ మధ్య కాలంలో మరో కొత్త సంప్రదాయాన్ని మన ముందుకు తీసుకు వస్తున్నారు. మన తెలుగులో విజయవంతమైన చిత్రాలను తరువాత మిగిలిన భాషలలో విడుదల చేస్తున్నారు. ఇలా జాగ్రత్తపడి ఇంట గెలిచి రచ్చ గెలవాలన్నా సరే ఫలితం నిరాశ పరుస్తున్నది.

'పాన్ ఇండియా' చిత్రమంటే గ్రాఫిక్స్, భారీ సెట్టింగ్స్, విదేశాలలో చిత్రీకరణ, వివిధ భాషలకు చెందిన గొప్ప గొప్ప నటులు వంటి హంగులు అనుకుంటున్నారు తప్ప సినిమాకు ప్రధానమైన కథ అవసరమని ఎవరు ఊహించలేకపోతున్నారు. 'యశోద' వంటి చిత్రాలలో అన్నీ ఉన్నాయి. కానీ కథ లేదు. సూపర్ స్టార్స్, మెగాస్టార్ ఇలా రక రకాలైన స్టార్స్ తమ పరిధిలో(తమది కాని పరిధిలో కూడా) చేతులు పెడుతూ చిత్రం అపజయానికి తమదైన సహాయం చేస్తున్నారు. అందరూ ఇలా ఉంటారని కాదు. కానీ ప్రేక్షకులను మెప్పించటం కోసం కొత్తగా వస్తున్న యువ దర్శకుల సృజనలో జోక్యం చేసుకుంటున్నారు. అటువంటి 'పాన్ ఇండియా' చిత్రాలు సోదిలోకి కూడా లేకుండా పోతున్నాయి. సొంత బ్యానర్ లో తీసుకున్న కాకలు తీరిన అనుభవం ఉన్న నిర్మాతలు కూడా మునిగిపోతున్నారు.

క్రమంగా దర్శక, నిర్మాత, నటీనటులకు 'పాన్ ఇండియా' వాస్తవాలు తెలిస్తున్నాయి. ఇంట గెలిచే ప్రయత్నాలు ప్రారంభిస్తున్నారు. పవన్ కళ్యాణ్, మహేష్ బాబు, రామ్, రవితేజ తదితరులంతా 'పాన్ ఇండియా' చిత్రాల నిర్మాణంలో ఉన్నారు. వీరంతా గతకాలపు చేదు అనుభవాల నుంచి పాఠాలు నేర్చుకుంటారా? లేదా? ముందుగా తెలుగు ప్రేక్షకులను మంచి కథలతో మెప్పించి విజయం సాధించాక మిగిలిన భాషల వైపు చూస్తారా? లేదా? అనేది కాలం చెప్పాలి.

ఏది ఏమైనా కథను కాదని కేవలం హంగులద్ది నటీనటులను ఏరి కోరి, శ్రమకోర్చి తెచ్చి 'పాన్ ఇండియా' చిత్రాలను నిర్మిస్తే నిరాశ పూరిత ఫలితాలు పునరావృతం కాక తప్పదు అనేది వాస్తవం. సినిమా నిర్మాణం అంటే కోట్లాది రూపాయలు ఖర్చు మాత్రమే కాదు. మానవ వనరుల శ్రమ కూడా. ఒక సినిమా విజయవంతం అయితే లైట్ బాయ్ నుంచి హీరో వరకు మరో చిత్రం లభిస్తుంది. ఉపాధికి అవకాశం ఉంటుంది. గొప్ప గొప్ప హీరోలకు 'పాన్ ఇండియా' ఫలితాలు ఏమీ చేయలేకపోవచ్చు. కానీ ఆ సినిమా నిర్మాణం వెనక పనిచేసే కొన్ని వందల మంది కార్మికులతో పాటు సదరు నిర్మాత గాలి కొట్టుకుపోతాడు. వారిపై జాలిపడేవారు కూడా ఉండరు.

దర్శక నిర్మాతలు 'పాన్ ఇండియా' సినిమాకు ముందుగా 'పాన్ ఇండియా' స్థాయి కలిగిన కథ అవసరమని గుర్తించాలి.

**భమిడిపాటి గౌరీ శంకర్**

**9492858395**

# ట్రెండ్ సెట్టర్ "మోసగాళ్లకు మోసగాడు"

సూపర్ స్టార్ కృష్ణ గురించి ప్రత్యేకంగా చెప్పుకోవాల్సింది ఏమీ లేదు. చలనచిత్ర రంగంలో ఆయనది ఓ ప్రత్యేకమైన శైలి. సాహసాలు ఆయన నైజం. తనకు కావలసిన రీతిలో ఖర్చుకు వెనుకాడకుండా అద్భుతమైన చిత్రాలను 'పద్మాలయ' సంస్థ ద్వారా అందించారు. తెలుగు హిందీ పరిశ్రమలలో ఆ సంస్థకున్న కీర్తి గొప్పది. 1970లో పద్మాలయ సంస్థను ఏర్పాటు చేసారు. ఇందుకు ఆది శేషగిరిరావు, హనుమంతరావు కుడి, ఎడమలుగా నిలిచారు. సోదరులంతా కలిసి ఒక్కటీగా ఆలోచించేవారు... ఆచరించేవారు. పద్మాలయ సంస్థ తన తొలి చిత్రంగా కృష్ణ కథానాయకుడిగా "అగ్ని పరీక్ష"ను నిర్మించారు. ఈ చిత్రం ఆశించినంత విజయం కాలేదు. తదుపరి చిత్రంగా ఎటువంటి కథలలో ముందుకు వెళ్దాం అనే ఆలోచనలో సోదరులంతా ఉన్నారు. ఆ సమయంలో మద్రాస్ లో విజయవంతంగా ప్రదర్శితమవుతున్న మెకన్నాస్ గోల్డ్, ఫ్యూ డాలర్స్ మోర్, గుడ్, బ్యాడ్ అండ్ అగ్లీ వంటి ఆంగ్ల సినిమాలు వారి దృష్టిలో పడ్డాయి. కృష్ణ సినీ రచయిత ఆరుద్రను పిలిపించి ఆ సినిమాల నేపథ్యం నుంచి కథను అల్లమన్నారు. ఆ చిత్రాలన్ని "కౌబాయ్" కథలు. తెలుగులోనే కాదు దక్షిణాదిలో అటువంటి కథాంశాలు అంతవరకు రాలేదనే చెప్పాలి. ఓ ప్రయోగానికి కృష్ణ సోదరులు నాంది పలికారు. ఆరుద్ర గారు బౌండ్ స్క్రిప్ట్ ను రెడీ చేసి కృష్ణకు ఇచ్చారు. అది అందరికీ నచ్చేసింది. ఆరుద్ర గారిని దర్శకత్వం వహించమన్నారు. ఆ చిత్రానికి ఆయనే మాటలు, పాటల రచయితగా కూడా నిర్ణయించేశారు. ఆరుద్ర ఆలోచించారు. తన పరిమితులు, పరిధి ఆయనకు తెలుసు. దర్శకత్వం చేయలేనని సున్నితంగా చెప్పేశారు. కృష్ణకు మరో మంచి హితుడు, సన్నిహితుడు దర్శకుడు కె .ఎస్.ఆర్. దాస్. అప్పటికి విజయ లలితతో రౌడీ రాణి అనే చిత్రం తీసి విజయవంతం చేశారు. కనుక తన చిత్రానికి ఆయననే దర్శకుడుగా నిర్ణయించి దాసుకు తెలియజేశారు. అలా పద్మాలయ సంస్థ తొలిసారిగా కౌబాయ్ నిర్మాణానికి శ్రీకారం చుట్టింది. తమ సినిమాకు "అదృష్ట రేఖ" అని పేరును నిర్ణయించుకున్నారు. కానీ చివరకు "మోసగాళ్లకు మోసగాడు" అని స్థిర పరిచారు. తరువాత దంతా చరిత్ర.

ఆంగ్ల చిత్రాలలో కౌబాయ్ జోనర్లో అనేక సినిమాలు వచ్చాయి. ఈ తరహా పాత్రలలో విలన్, హీరో, కమెడియన్స్ కూడా ఆయా చిత్రాలలో కనిపిస్తాయి. తెలుగుకు పూర్తిగా ఇది కొత్త. ఇంగ్లీష్ సినిమాల కథల ప్రేరణతో తయారైన "మోసగాళ్లకు మోసగాడు" సినిమాలో తెలుగు

నేపథ్యం పూర్తిగా కనిపించే ప్రయత్నం చేశారు రచయిత ఆరుద్ర. ప్రతి నాయకులకు బెజవాడ మంగయ్య, ఏలూరు లింగయ్య, నెల్లూరు రంగయ్య, చిత్తూరు చంగయ్య, చెన్నపట్నం చిన్నయ్య అంటూ పేర్లను పెట్టారు. ఆరుద్ర తనదైన మార్కులో మాటలు, పాటలు రాశారు. ఈ చిత్రంలో ముఖ్యంగా చెప్పుకోవాల్సింది డైరెక్టర్ ఆఫ్ ఫోటోగ్రాఫర్ ఎ.ఎస్.ఆర్. స్వామి గురించి. సినిమా స్కోప్ లో కలర్ నాటి కాలంలో తక్కువ లేదనే చెప్పాలి. 1970ల కాలంలో కలర్ చిత్రాలే ఒకటి అర వచ్చాయి. కొత్త సాంకేతికత అయిన స్కోప్ లెన్స్ మన దగ్గర లేవు. ముంబై, లండన్ల నుంచి తెచ్చుకోవాలి. వాటిలో కెమెరాలను హ్యాండిల్ చేయడం కష్టం. ఇందుకోసం స్వామిని శిక్షణ కోసం పంపారు పద్మాలయ సోదరులు. చిత్రీకరణ మొత్తం రాజస్థాన్ ఎడారులు, బికనీరు కోట, పంజాబ్ లోని సట్లెజ్ నదీతీరం, హిమాచల ప్రదేశ్ లోని సిమ్లా పరిసరాలు, మంచు కొండలు, టిబెట్ పీఠభూమి, పాకిస్తాన్ చైనా సరిహద్దు ప్రాంతాల్లో చేశారు. యూనిట్ మొత్తాన్ని రాజస్థాన్ కు తీసుకు వెళ్లేందుకు ప్రత్యేకంగా రైలు వేశారు. కృష్ణను చిత్రంలో కౌబాయ్ గా చూపించేందుకు మేకప్, కాస్ట్యూమ్స్ విభాగాలకు చెందిన వెంకట్రావు, మాధవరావుల కృషి మెచ్చుకోదగ్గది. కథకు తగిన పాత్రల కోసం కృష్ణ, నాగభూషణం, సత్యనారాయణ, ప్రభాకర్ రెడ్డి, విజయనిర్మల, జ్యోతిలక్ష్మి, త్యాగరాజు, ధూళిపాళ, బొడ్డపాటి తదితరులను ఎంపిక చేసుకున్నారు.

నాగభూషణం ధరించిన పాత్ర ఆంగ్ల చిత్రం “గుడ్ బాడ్ అండ్ అగ్లీ” లోని అగ్లీ పాత్ర ఆధారంగా తయారు చేశారు. ఈ చిత్రంలో సాంకేతికత గొప్పగా ఉంటుంది. ఐదు దశాబ్దాల క్రితం (1971లో వచ్చిన చిత్రం) ఇప్పుడున్నంత సాంకేతికత అభివృద్ధి లేదు. ప్రతి చిన్న విషయాన్ని తెరపై గొప్పగా చూపించాలంటే సాంకేతిక నిపుణులు అత్యంత శ్రద్ధ వహించవలసి వచ్చేది. కోటగిరి స్వామి, మాధవరావు, వెంకట్రావు, దర్శకుడు దాసు మొదలగు వారు ఎంతో నిపుణతతో తమ పరిధిలో ఉన్న తక్కువ వనరులతో అద్భుతమైన ఫలితాలను రాబట్టగల గారు. ఎడారిలో చిక్కుకున్న కథానాయకుని ముఖం మీద ఏర్పడిన బొబ్బలు వంటివి ఇందుకు ఉదాహరణ. రాజస్థాన్, పంజాబ్, పాకిస్తాన్, టిబెట్ వంటి ప్రాంతాలు విభిన్నమైన భౌగోళిక స్థితి కలిగినవే. ఆయా స్థలాలలో చిత్రీకరణ అంటే “కత్తి మీద సాము” అయినా విజయవంతంగా పూర్తి చేసిన ఘనత ,పూర్తి చేయించుకున్న కీర్తి పద్మాలయ సోదరులదే. మహేష్ బాబు తో ‘టక్కరి దొంగ’ గా చేసిన ప్రయత్నం విఫలం అయింది.

ప్రస్తుతం ఈ కథలన్నీ సోషల్ మీడియా అందరికీ తెలిసినవే. ఇప్పుడు ఎందుకు మళ్ళీ చెప్పుకోవాలి అనే ప్రశ్నకు నేటి ఆధునిక టెక్నాలజీ కనుగుణంగా మోసగాళ్లకు మోసగాడు చిత్రానికి హంగులద్ది నేటి తరం యువతకు ఆనాటి సాంకేతిక నిపుణులు సాంకేతిక నైపుణ్యాల విశ్వరూపం చూపించాలనేది ప్రతిపాదన చేసిన వారి వ్యాఖ్యానం అవసరమే... "ఈ సినిమాలో

క్రొత్తగా చూపించవలసిన టెక్నాలజీని ఆనాడే మేమంతా సాధ్యమైనంత వరకు పూర్తి చేసేసాం. మరి 2k 4k లలో వాటి యొక్క విలువ రెట్టింపు అవుతుందనేది వేచి చూడాల్సిన అంశం" అని ఆది శేషగిరిరావు ఈ మధ్య ఒక ఇంటర్వ్యూలో చెప్పారు.

మోసగాళ్లకు మోసగాడు తెలుగు చిత్ర పరిశ్రమకు కౌబాయ్ ని పరిచయం చేసిన ట్రెండ్ సెట్టర్ అని చెప్పాలి. భారీ ఖర్చుతో చిత్రించిన ఈ సినిమా చూసిన ఎన్టీఆర్ "బ్రదర్ సినిమా చాలా బాగా చేశారు. కానీ మహిళల ఆదరణ చిత్రానికి లభించక పోవచ్చు. విజయవంతం అవుతుందని" ఆశీర్వదించారుట. ఇది నిజమని నిరూపించింది ఆ చిత్ర ఘనవిజయం. ఎడిటింగ్, రికార్డింగ్, రీ-రికార్డింగ్, డబ్బింగ్ వంటి సాంకేతిక అంశాలు పట్ల ఆదినారాయణరావు, గోపాలరావు వి. ఎ. ఆర్. స్వామీల పనితనం నేటి టెక్నాలజీ విశ్వరూపాన్ని ఆనాడే వెండి తెర మీద ఆవిష్కరింపజేశారు. పద్మాలయ సంస్థ స్థాయిని పెంచిన మొదటి చిత్రం ఇదే. ఆ తరువాత కాలంలో అల్లూరి సీతారామరాజు, ఈనాడు, పాడిపంటలు, దేవుడు చేసిన మనుషులు వంటి వాటి గురించి చరిత్ర మాట్లాడుతూనే ఉంది.

భమిడిపాటి గౌరీ శంకర్
**9492858395**

# ప్రభువులకు నీతి పాఠం 'రాజు – పేద'

పాత సినిమాలను గురించి వర్తమానంలో ఎందుకు ప్రస్తావించుకోవాలనేది ఓ ప్రశ్న. తాతల నాటి చిత్రాలు తరాలకు మధ్య నున్న అంతరాలలోని తారతమ్యాలను దృశ్యమానం చేయడం నివ్వెర పరుస్తుంది. ఐదు దశాబ్దాల క్రితం నాటి ప్రపంచ సామాజిక స్థితి దేశ వర్తమాన పరిస్థితికి భిన్నంగా ఉందా అని ప్రశ్నించుకుంటే. .. ప్రభువులు లేదా పాలకులు విస్మరిస్తున్న, విస్తరిస్తున్న వర్గ దోపిడీ, శ్రమల యొక్క విశ్వరూపం 'చిత్రం'గా కనిపిస్తుంది. ఇటువంటి సామాజిక అంశాలకు సున్నితమైన అనుబంధాలను మిళితం చేసి రాజు–పేదల మధ్య నున్న గోడలను అంతే సామరస్యంగా విడదీసుకోవాలనుకునే వేళ రాజు–పేదగా పేద–రాజుగా మారాలి... ఆయా వర్గాలలోని కనిపించని శూన్యత కనిపించే, కనీ 'పెంచే' దూరం తెలుసుకోవాలి.. కాదు.. అధ్యయనం చేయాలి అని చెప్పే చిత్రం 'రాజు– పేద'.

బి. ఏ. సుబ్బారావు నిర్మాత, దర్శకుడుగా ఎన్నో విజయవంతమైన చిత్రాలను నిర్మించారు. బి. ఏ. ఎస్. సంస్థ ఇందుకు ఏర్పాటు చేసుకున్నారు. భీష్మ, చెంచులక్ష్మి వంటి సినిమాలు తీశారు. విజయం సాధించారు. ఆయన తన సొంత బ్యానర్ లో 1954 జూన్ 25న విడుదల చేసిన చిత్రం నందమూరి తారక రామారావు తో వచ్చిన 'రాజు –పేద'. మంచి ఆర్థిక విజయాన్ని అందుకుంది. ఈ కథతో ఎన్నెన్నో సినిమాలకు ప్రేరణ కల్పించింది. ఇదే సుబ్బారావు ఎన్టీఆర్ తో "భలే తమ్ముడు"ను తీశారు. నిర్మాణం తారక రామా పిక్చర్స్ పై పుండరీకాక్షయ్య గారు చేశారు. ఇది కూడా ఘనవిజయం సాధించింది. అయితే ఈ 'రాజు–పేద' కథకు మూలం సుప్రసిద్ధ రచయిత మార్క్ ట్వైన్ రచన "ది ప్రిన్స్ అండ్ పాపర్" (1937). 'రాజు–పేద' హిందీలో 'రాజ్ ఔర్ రంక్' (1968) లో ఎల్.వి. ప్రసాద్, కే. ప్రత్యగాత్మ దర్శకుడుగా నిర్మించారు. తమిళంలో 1957వ సంవత్సరమున 'ఆంది పిట్ రా సెల్వం' పేరుతో డబ్ చేశారు. విజయాన్ని అందుకున్నాయి. మరో విశేషం ఏమిటంటే 1983 వ సంవత్సరంలో కన్నడ నాట విడుదలైన 'ఎరడు' చిత్రం కు 'రాజు– పేద' ప్రేరణ కావటం. ఇన్ని భాషలలో ఒకే కథను స్థానికతను చూపిస్తూ భారతీకరించిన ఆత్మను ఎలా స్క్రీన్ పై ఆవిష్కరించారు అనే సందేహానికి 'చలన చిత్ర నిన్నటి తరం దర్శక, రచయిత, నిర్మాతల సృజన' అనే సమాధానం చెప్పాలి. కానుకనే ఒక్కసారి పాత చిత్రాలను పునర్మూల్యాంకనం చేసుకోవాలి.

ఒకే రోజున రాజు సురేంద్ర దేవ్, దొంగ పోలి గాడికి మగ బిడ్డలు పుడతారు. వారిద్దరూ ఒకేలా ఉంటారు. 12 సంవత్సరాల తర్వాత అనారోగ్య కారణాలు చేత తన కుమారుడైన నరేంద్ర దేవ్ కు పట్టాభిషేకం చేయాలనుకుంటాడు సురేంద్ర దేవ్. ఇదే సమయంలో దొంగ పోలిగాడు కొడుకు నారిగాడు ఇంట్లో తన తల్లికి, చెల్లి కి చెప్పకుండా ఇంట్లోంచి పారిపోయి భటులకు దొరుకుతాడు. ప్రిన్స్ ముందుకు తీసుకువెళ్తారు భటులు. తన లాగే ఉన్న నారి గాడిని విడిచిపెట్టి తనతో మందిరానికి తీసుకువెళ్లి దుస్తులు మార్చుకుంటారు. ఆ రాత్రి మంచం మీద నారిగాడి దుస్తులలో ఉన్న యువరాజును భటులు తప్పుగా భావించి బయట పడేస్తారు. ఆ విధంగా నరేంద్ర దేవ్, నారిగాడు తమ తమ స్థానాలు నుంచి వేరు కాబడతారు. తర్వాత కథను అనేక మలుపులతో సుఖమయం చేసిన అద్భుత స్క్రీన్ ప్లే బి.ఏ. సుబ్బారావు నాటకీయతకు దర్పణం పడుతుంది.

'రాజు–పేద' కథ ఎందుకు అంతగా ప్రేక్షకులను అలరించింది అనే ప్రశ్నకు ఆంగ్ల నవల 'ప్రిన్స్ అండ్ పాపర్' గురించి క్లుప్తంగా చెప్పుకోవాలి. ఈ రచనకు మూల సూత్రం షేక్స్పియర్ తన 'ది మర్చంట్ ఆఫ్ వెనిస్'లో దయను గురించి విశ్లేషించిన వ్యాఖ్యానం. దయ యొక్క గుణం రెండుసార్లు ఆశీర్వదించబడుతుంది. ఇచ్చేవాడిని మరియు తీసుకునే వాడిని ఇది ఆశీర్వదిస్తుంది. అత్యంత శక్తిమంతులలో శక్తిమంతమైనది సింహాసనాన్ని అధిష్టించిన చక్రవర్తి తన కిరీటం కంటే మెరుగైనదిగా మారుతుంది. ఈ థీమ్ నే తన ప్లాట్ గా మార్చుకొని అద్భుతమైన రచన చేశాడు మార్క్ ట్వైన్ . ఆంగ్లంలో కూడా ఈ నవల దాదాపు డజన్ చిత్రాలకు, మరెన్నో షోలకు ప్రేరణగా, మాతృకగా స్ఫూర్తినిచ్చింది. 'ది ప్రిన్స్ అండ్ ది పాపర్' ను తెలుగుతనంతో నింపిన ఘనత బి.ఎ.సుబ్బారావు గారిది అయితే గోడ చేర్పు కలిగించిన వ్యక్తి పినిశెట్టి శ్రీరామమూర్తి. తన మాటలతో రాజు, దొంగ పాత్రలో నడుమ గొప్ప కమ్యూనిస్టు సూత్రాలను అల్లుకుంటూ పోయారు. ఎంతో సహజంగా నాటి ప్రేక్షకులను సంభాషణలు ఆకట్టుకున్నాయి. మాస్టర్ సుధాకర్ తో ద్వి పాత్రాభినయం చేయించిన సుబ్బారావు గారి సాహసం ఆ రోజుల్లో అందరినీ ఆశ్చర్య పరిచింది. సుధాకర్ సహితం నరేంద్ర దేవగా, నారి గాడుగా అద్భుతంగా నటించారు. ముఖ్యంగా ఎన్టీ రామారావు దొంగ పోలిగాడుగా గొప్ప నటనను ప్రదర్శించారు. ఆయన అత్యుత్తమ ప్రదర్శనకు 'రాష్ట్రపతి అవార్డు 'ను అందుకున్నారు. చిత్రంలో నటించిన ఎస్వీ రంగారావు, లక్ష్మీరాజ్యం, అమ్మాజీ, రేలంగి, ఆర్. నాగేశ్వరరావుల నటన ప్రశంసనీయం. సంగీతం యస్.రాజేశ్వరరావు అందించారు. ఆయన స్వర పరిచిన గీతాల్లో 'జేబులో బొమ్మ.. జేజేల బొమ్మ..' అనేది గొప్ప తాత్వికతను, ఆర్థిక సత్యాన్ని వివరిస్తుంది. కొస రాజుగారి కలం, ఘంటసాల గారి గళం సాహిత్యాన్ని సుసంపన్నం చేశాయి. తాపి ధర్మారావు, ఆత్రేయ గీత రచన చేశారు.

'రాజు-పేద' చిత్రంలో ఓ చారిత్రక సామాజిక సూత్రం అంతర్లీనంగా గోచరమవుతుంది. చాలా ఉపయోగకరమైన వస్తువుల ఉత్పత్తి చాలామంది పనికిరాని వ్యక్తులకు దారితీస్తుందని మార్క్స్ సూత్రీకరణ. రాజ్యాధికారం వలన లభించే సంక్షేమం పేదల సౌకర్యాలు వంటివి స్వార్థపరుల పరమైతే ఫలితాలు దారుణంగా ఉంటాయి. రాజులు పేదగా జీవించగలిగితే కనీసం పేదల కోసం రాజ్యాంగం నిర్దేశించిన లక్ష్యాలు సిద్ధిస్తాయి. లేకుంటే ప్రజలు తమ పాత్రలను మార్చుకొని తమ వారి సహాయంతో రాజ్యాలను కూల్చి వేస్తే సంక్షేమ రాజ్యం కోసం పోరాటం అనివార్యమవుతుంది. ఇదే బిఎస్ సుబ్బారావు 'రాజు– పేద'లో వ్యాపారాత్మకంగా చెప్పారనిపిస్తుంది.

కమర్షియల్ గా విజయం సాధించాలంటే దిక్కుమాలిన దెయ్యం కథలు, తుప్పు పట్టిన రాజులు, జమీందారులు,ప్లాట్స్ అవసరంలేదు. ప్రజల కథలు చాలు...

భమిడిపాటి గౌరీ శంకర్
9492858395

# ఓటు విలువను తెలిపే 'మార్టిన్ లూథర్ కింగ్'

సందేశాత్మక చిత్రాలను ఆదరించే కాలం ఇది కాదు. ఎప్పుడూ కూడా ఈ తరహా సినిమాలు విజయవంతం కాలేదు. వాటికి కాస్త హాస్యం 'కోటెడ్'గా పూసి తామనుకున్న కనీస పెట్టుబడిని రాబట్టుకొన్న నిర్మాత దర్శకులున్నారు. 'అహ నా పెళ్ళంట' అనే చిత్రం నుంచి నిన్న మొన్న(నవంబర్ 2) రిలీజయిన 'మార్టిన్ లూథర్ కింగ్' వరకు సమాజ పరమైన బాధ్యతాయుత అంశాలను సీరియస్ గా చిత్రించే రోజులు కావని నిరూపిస్తాయి. ఆ మధ్య వచ్చిన 'ప్రతినిధి' వంటి సినిమాల ఫలితాలు అందరికీ తెలుసు. పారలల్ సినిమా ఛాయలున్న కథ అయినప్పటికీ, కమర్షియల్ హంగులు వలన ఈ చిత్రం ద్వితీయార్థంలో క్రమంగా గ్రాఫ్ పడిపోతూ వచ్చింది. మంచి కథను రాసుకోవడం వేరు. దానిని తెరమీద చక్కగా ప్రెజెంట్ చేయడం వేరు. ఇటువంటి చిత్రాలలో మొత్తం భారం ప్రధాన పాత్ర మీదనే ఆధారపడుతుంది. అటువంటి పాత్రలో నటుడిగా పరిమితులున్న సంపూర్ణేష్ బాబు ఎంపిక సబబుగానే ఉంది. కానీ... అతను తన పాత్రను 'భరించడం'లో కష్టపడ్డాడు కానీ, అంత 'బరువు'ను మోయటంలో విఫలమయ్యాడనే చెప్పాలి. కథలో మంచి సమాజ నీతి ఉంది. ఎన్నికల నేపథ్యంలో వచ్చే సన్నివేశాలను బాగానే ప్రెజెంట్ చేశారు. ద్వితీయార్థంలో చిత్రంలో సన్నివేశాలను 'రివీల్' కావడం, కథను నెమ్మదించడం వంటి అంశాలు ప్రేక్షకులను చిత్రం 'లక్ష్యం' మరచిపోయేటట్టుగా చేశాయి. సంపూర్ణేష్ బాబు నటన కూడా క్రమంగా 'ప్రత్యేకతలు' లేనిది గా మిగిలిపోయింది. ఎమోషన్ పండించవలసిన సన్నివేశాలలో ప్రేక్షకులకు ఏదో వెలితి తోస్తుంది.

'మార్టిన్ లూథర్ కింగ్' తమిళ చిత్రం 'మండేలా' తెలుగు రీమేక్. ఒరిజినల్ లో యోగి బాబు ప్రధాన పాత్రను పోషించారు. ఆ స్థాయి నటనను సంపూర్ణేష్ బాబు ఇవ్వలేకపోయారని అనుకోవాలి. 'కొబ్బరి మట్ట' 'హృదయ కాలేయం' వంటి స్పూఫ్ సినిమాల్లో నటించిన సంపూర్ణేష్ ను పూర్తి భిన్నంగా చూపించిన చిత్రమిది. కథానాయకుడు అందరూ చెప్పిన పని చేస్తూ, అవమానాలు భరిస్తూ, చెప్పులు కుట్టుకుని జీవించేవాడు. కథానాయిక (అని గట్టిగా చెప్పలేం) శరణ్య ప్రదీప్ తమ పరిధి మేరకు చక్కగానే చేసింది. వీరిద్దరి మధ్య వచ్చే కామెడీ సన్నివేశాలను బాగానే చిత్రించారు దర్శకురాలు పూజ కొల్లూరు. ప్రధాన పాత్రలు పోషించిన నరేష్, వెంకటేష్ మహా ఒకరికొకరు పోటీపడి నటించారు. సీనియర్ నటుడైన నరేష్ తో

పోటీపడి వెంకట్ మహా (రచయిత) నటించడం, వీరిద్దరి నుంచి నటనను రాబట్టుకోవడంలో దర్శకురాలు విజయం సాధించారు.

చిత్ర కథకి వెళితే ఆంధ్ర ప్రాంతంలో పడమర పాడు అనే గ్రామం. దశాబ్దాలుగా రెండు కులాల మధ్య తగాదాలు. ఈ వర్గ వైషమ్యాలను నివారించేందుకు ఓ పెద్దాయన రెండు కులాల నుంచి ఇద్దరు అమ్మాయిలను వివాహమాడతాడు. వారికి ఇద్దరు మగ పిల్లలు నరేష్ వెంకటేష్ మహా. కానీ.. వీరి వలన ఆ గ్రామంలో తగాదాలు తగ్గవు సరి కదా పెరుగుతాయి. గ్రామం తిరోగమన మార్గంలో పోతుంది. ఈ లోగా ఎన్నికలు వస్తాయి. ఇద్దరూ పోటీ చేస్తారు. జగ్గు-లోకి ఎన్నికలకు సిద్దమవుతారు. రెండు కులాలకు ఓట్లు సమానం. ఎవరు గెలుస్తారో అనే ఉత్కంఠ. ఈ నేపథ్యంలో కొత్తగా ఓటు హక్కు సంపాదించుకున్న 'మార్టిన్ లూథర్ కింగ్' ( సంపూర్ణేష్ బాబు) ఓటు వారికి అవసరమవుతుంది. ఒక్క ఓటుతో గెలుపు కోసం ప్రయత్నించే రాజకీయ పార్టీలు పడే పాట్లు ఈ సినిమాకు అవసరమైన మైలేజీని ఇచ్చాయి. అవే మైనస్లు అయ్యాయి కూడా. కథనంలో ఎలక్షన్స్ సమయంలో ఒక్క 'ఓటు దారు' నేపథ్యం కూడా ఆసక్తికరంగా సాగింది. చెప్పులు కుట్టుకొని ఊర్లో వాళ్ళు చెప్పిన ప్రతి పని చేసే వ్యక్తికి కొత్తగా ఓటు రావడం, అతని 'అవసరం' పార్టీలు గుర్తించడం, అతడు అందరి చేత గౌరవించబడటం, దండాలు పెట్టించు కోవటం మంచి ఆసక్తిని కలిగిస్తాయి. కింగ్ పాత్ర పైన జాలి, ఆపేక్ష కలిగేలా చేస్తాయి. కథలో కీలక మలుపు వచ్చేవరకూ సినిమా వేగంగానే సాగుతుంది. కానీ సెకండ్ హాఫ్ లో హీరోలను ప్రసన్నం చేసుకునేందుకు ఇరు వర్గాలు ప్రయత్నించే క్రమంలో వచ్చే సన్నివేశాలు అంతవరకు చిత్రంపై ఉన్న అభిప్రాయాన్ని మార్చేస్తాయి. ఒక మూసలో సాగటమే ప్రధాన అంశం. చాలా సందర్భాల్లో లాజిక్ కనిపించదు. చూసిన సీన్లే మళ్లీ వస్తున్నాయనిపిస్తుంది. కథ ముందుకు వెళ్ళదు. క్లైమాక్స్ లో సెంటిమెంట్ పండించే ప్రయత్నం కూడా ఇబ్బంది పెడుతుంది ప్రేక్షకులను. కొన్ని సన్నివేశాలలో 'హీరో' ప్రవర్తన అతి కనిపిస్తుంది. వీటిని ట్రిమ్ చేయడంలో రచయిత దర్శకులు ప్రయత్నించలేదేమో అని అనిపిస్తుంది. మితిమీరిన నాటకీయత చోటు చేసుకోవడం జరిగింది. ఓటు ప్రజాస్వామ్యానికి, అభివృద్ధికి గొప్ప ఆయుధమని చెప్పే ప్రయత్నంలో వాస్తవిక దృక్పథం కనిపించదు. ఆర్టిస్టులను చూడకుండా ఓపెన్ మైండ్ తో సినిమాను చూస్తే పర్వాలేదనిపిస్తుంది. కమర్షియల్ హంగులతో తయారైన పారలల్ సినిమాగా మంచి ప్రయత్నం జరిగిందని చెప్పాలి. నరేష్, వెంకటేష్ మహా, వీరిద్దరి తండ్రిగా నటుడు చక్కగా చేశారు. సినిమాను చాలావరకు డ్రైవ్ చేసేది ఈ ఇద్దరే.. సాంకేతిక వర్గం ఈ చిత్రానికి తమ పరిధి మేరకు బాగానే వర్క్ చేశారు. స్మరణ్ సాయి సంగీతం బాగుందనిపిస్తుంది. పాటలు చిత్రంలో ఒక 'భాగంగా' అనిపిస్తాయి. దీపక్ యరగిరా ఛాయాగ్రహణం ఆకట్టుకుంటుంది. సినిమాలో పల్లె జానపదాలు బాగా

వాడుకున్నాడు. పల్లె వాతావరణంలో అనుగుణంగా సినిమా నేపథ్య సంగీతం, పల్లె వాసనలను పట్టిచ్చే కెమెరా పనితనం కనిపిస్తాయి. ఇక్కడ ఆర్ట్ వర్క్ ముఖ్య పాత్రని చెప్పాలి. రచయిత మహా తమిళ మాతృ కథకు తెలుగు వాతావరణం అద్దే ప్రయత్నం చేసారు. దర్శకురాలు ఇదో రీమేకనే ఫీల్ రానీయకుండా తీసారు. టేకింగ్ ఓ.కె.

ఇటువంటి చిత్రాలకు ప్రేక్షకుల ఆదరణ కొంతవరకు కరువనే చెప్పాలి. ఓ.టీ. టీ.లో లభ్యం కావచ్చు. వర్తమానంలో ఎన్నికల నేపథ్యంలో ఇటువంటి చిత్రాల అవసరం ఉంది. ఓటు ప్రయోజనం తెలిసే అవకాశం ఉంది. నాయకులు, పార్టీల పాట్లు నిత్యం జనం చూస్తున్నవే అయినా ఆలోచింపజేస్తాయి. ఈ విషయంలో దర్శకులు, రచయిత, నిర్మాతలు శశికాంత్ ,చక్రవర్తి, రామచంద్రల ప్రయత్నం అభినందనీయం.

భమిడిపాటి గౌరీశంకర్

9492858395

# కొత్త జోనర్ లో 'కోటబొమ్మాళి పి. ఎస్.'

తెలుగు చలనచిత్ర పరిశ్రమకు రాజకీయ చిత్రాలు కొత్త కాదు. నాటి 'రంగులరాట్నం' 'పెద్దమనుషులు' నుంచి నిన్నమొన్నటి 'ప్రతినిధి' 'కెమెరామెన్ గంగతో..' వరకు సామాజిక వర్గాలు, కులాల బేరీజులు, పదవులు, వీటికోసం బలిదానాలు, తమ 'కుల' అభివృద్ధి కోసం అనుబంధాలు, ఆత్మీయతల మధ్య చిచ్చులు వంటి 'కాన్సెప్ట్స్' తో ఎన్నో చిత్రాలు వచ్చాయి. 'ప్రజారాజ్యం' 'ఈనాడు' 'మండలాధీశుడు' వంటి చిత్రాలు తెలుగులో కొత్త కాదు. కానీ ఈ చిత్రాలు కథలన్నీ ఎమోషన్ డ్రామా నేపథ్యంలో నడిచి చివరకు దుష్ట శిక్షణ ,శిష్ట రక్షణ అనే సాధారణ కథాంశాలతో అతి సాధారణంగా చిత్రించి విఫల చిత్రాలుగా మిగిలిపోయాయి. 'రంగులరాట్నం', 'పెద్దమనుషులు' వంటివి హ్యూమన్ డ్రామాను ఎలివేట్ చేసి సగటు ప్రేక్షకుడికి ఆలోచనలు కలిగిస్తాయి. ఇటువంటి చిత్రాలలో 'వర్గ పోరు' తక్కువ. కుల, మత విభేదాలు కూడా తక్కువే. కుటుంబ పరమైన బంధాలకు 'పదవి, ఓటు' వంటి సాధారణ అంశములను జోడించి సినిమాలు తీసేవారు. జయాపజయాలు ప్రేక్షకులకు వదిలేసేవారు.

మలయాళం చిత్ర పరిశ్రమలలో సహజమైన భావోద్వేగాలకు కథనంలో ప్రాధాన్యమిస్తారు. కొద్దిరోజుల క్రితం విడుదలైన '2018' సినిమా ఘనవిజయం వెనుక ఏ 'కమర్షియల్ పాయింట్స్' ఉన్నాయో అందరికీ తెలిసిందే. జీవితంలో కథలుండవు. కేవలం జరుగుతున్న సహజమైన వాస్తవ సంఘటనలు మాత్రమే ఉంటాయి. వాటిని సినిమాగా 'తెరపై' చూపించే వేళ 'ఎమోషన్స్', 'డ్రామా', 'హైడ్రామా'లను ప్రముఖంగా, మనసుకు పట్టే విధంగా చిత్రిస్తాయి. ఆ చిత్రాలు ఇటువంటి సామాజికాంశాలనున్న జీవితంలోని సహజమైన సంఘటనలను వ్యక్తులు తమ తమ మానసిక శక్తి సామర్థ్యాల, సహజ పరమైన 'తిరుగుబాటు' లేదా 'ప్రతిఘటనలను' ఎలా పరిష్కరించుకున్నారనే వాస్తవ 'కథనం' 2011 సంవత్సరంలో కేరళలో జరిగింది. నలుగురు పోలీసులు ఓ పెళ్లికి వెళ్లి వస్తుంటే యాక్సిడెంట్ జరుగుతుంది. ప్రమాదంలో ఇద్దరు పిల్లలు చనిపోతారు. ప్రజల ఆగ్రహం పెల్లుబుకుతుంది. ఆ పోలీసుల మీద ఎస్సీ/ఎస్టీ చట్టం కింద కేసు నమోదవుతుంది. నూరు రోజుల తర్వాత వారంతా బెయిల్ పై బయటకు వస్తారు. ఇంతవరకు కూడా (అనగా 12 సంవత్సరాల తర్వాత) కేసు తేలలేదు. ఈ కథను చిత్రంగా తీసి ఒకపాటి విజయం సాధించారు దర్శకుడు మార్టిన్ ప్రకట్. కానీ.. ఈ చిత్రంలోని సాధారణ ప్రేక్షకుడికి కావలసిన మసాలాలు లేవు. కానీ.. ఆర్థికపరమైన సూత్రాలు ఈ చిత్రంలో ఉండేట్లు దర్శకుడు జాగ్రత్త పడ్డాడు. ఆ చిత్రమే 'నాయాట్టు' (వేట). ఈ చిత్రం

రీమేక్ 'కోటబొమ్మాళి పి.ఎస్.'. తెలుగు దర్శకుడు తేజ మార్ని గతంలో 'జోహార్' 'అర్జునాఫల్గుణ' అనే చిత్రాలు తీశాడు. ఇవి అతనికి మిశ్రమ ఫలితాలనిచ్చాయి. ఈ అపజయాలు ఇచ్చిన 'అనుభవంతో' కొత్త జోనర్ కోసం ఎంచుకున్నారనిపిస్తుంది. మూల కథలో లేని కొన్ని అంశాలను ఈ చిత్రంలో అదనంగా చేర్చుకున్నారు. 'నాయాట్టు' కథలోని ప్రధానాంశమును మార్చకుండా 'యాక్సిడెంట్' చేసి పారిపోయిన పోలీసులలో ఇద్దరు ఒక సామాజిక వర్గానికి చెందిన వారిగా చూపించుకున్నారు. ఇక్కడే తెలుగు దర్శకుడు కథలో తనదైన ముద్రతో ఎటువంటి మాస్ ఫార్ములాకు తావివ్వకుండా ఉన్నది ఉన్నట్టు 'రియలిస్టిక్' జోనర్ లో తీశారు. దీంతో చిత్రం మూస సినిమాలకు భిన్నంగా, ఆసక్తికరంగా అనిపిస్తుంది.

'కోటబొమ్మాళి' సినిమా కథ గురించి కొద్దిగా చెప్పుకోవాలి. రవి రాహుల్ (విజయ్ )కి పోలీసు ఉద్యోగం వస్తుంది. అతను చేరిన పి.ఎస్ లో కుమారి (శివాని రాజశేఖర్) కూడా కానిస్టేబుల్ గా చేరుతుంది. ఎస్.ఐగా శ్రీకాంత్ ఉంటాడు. ఇతను గతంలో గ్రేహౌండ్స్ ఆపరేషన్ స్పెషలిస్టునే అదనపు బాధ్యతను ఇచ్చారు. ఈ కథకు అనుబంధంగా కుమారి సామాజిక వర్గానికి చెందిన ఓ రాజకీయ పార్టీ కార్యకర్త మున్నా (పవన్ తేజ్) పోలీస్ స్టేషన్ కి వచ్చి భీభత్సం సృష్టిస్తాడు. ఏ.ఎస్.ఐ రామకృష్ణ అతడిని జైల్లో వేస్తాడు. రాజకీయ ఫోన్లతో విడుదలై పోతాడు. వాళ్ళ పార్టీ వారు పోలీసులకు వ్యతిరేకంగా నినాదాలు చేస్తారు. ఒక రోజు రామకృష్ణ, రవి ఓ పెళ్లికి పోలీస్ జీప్ లో వెళతారు. జీపు డ్రైవర్ అతని మేనల్లుడు. కుమారి కూడా అదే జీపులో ఎక్కుతుంది. దారిలో ఆక్సిడెంట్ జరుగుతుంది. డ్రైవింగ్ చేస్తున్న రామకృష్ణ మేనల్లుడు పారిపోతాడు. ప్రమాదంలో ఓ కార్యకర్త చనిపోతాడు. ఆ పార్టీ ఆందోళన చెందుతుంది. పార్టీ కార్యకర్త యొక్క సామాజిక (కుల )వర్గానికి 'టెక్కలి' నియోజకవర్గంలో 50 వేల ఓట్లు ఉంటాయి. అక్కడ ఉప ఎన్నిక ఉంది. ఈ నేపథ్యంలో ఏ.పీ. రాజకీయాలలో 'నిప్పు' రాజుకుంటుంది. ముగ్గురు పోలీసుల మీద కేసు నమోదవుతుంది. వారు పారిపోతారు. వీరిని వెతికే పని కోసం ఎన్ కౌంటర్ స్పెషలిస్ట్, ఎస్పీ రజియా( వరలక్ష్మీ శరత్ కుమార్) ను నియమిస్తాడు. హోం మంత్రి జయరాం (మురళీ శర్మ). ఎన్నికల సమయంలో ఓట్లకు వేసే గాలంలా నిందితులను నలభై ఎనిమిది గంటల్లో పట్టుకుంటామని హామీ ఇస్తాడు. ఎస్పీ వారిని పట్టుకుందా లేదా? వారు దొరికారా? కేసు నుంచి ఎలా రామకృష్ణ తదితరులు బయటపడ్డారనేది సినిమా చూసి తెలుసుకోవాల్సిందే!

మూల కథ 'నాయాట్టు'లో లేని విధంగా తెలుగులో నేటివిటీకి దగ్గరగా తీసిన ఈ చిత్రంలో నటీనటులు శ్రీకాంత్ 'రామకృష్ణ' పాత్రలో గొప్ప నటనను ప్రదర్శించాడు. రాజకీయాలకు బలైన పాత్రని అతడు ఎంతో సహజంగా నటించాడు. ఈ మధ్య కాలంలో ఆయన పోషిస్తున్న వైవిధ్యవంతమైన పాత్రలలో ఇది నిజంగా మంచి పాత్రగా చెప్పుకోవాలి.

ఇక శ్రీకాంత్ పాత్రకు, హోం మినిష్టర్ పాత్రకు మధ్య కరుడుగట్టిన పోలీస్ బాస్ పాత్రలో వరలక్ష్మీ శరత్ కుమార్ పవర్ ఫుల్ గా పోషించారు. రాజకీయ చదరంగపు ఆట ఆడే హోమ్ మినిస్టర్ పాత్రలో మురళి శర్మ అక్కడక్కడ నవ్విస్తూనే సీరియస్ గా సినిమా ఆసక్తికరంగా ముందుకు సాగేటట్టు చేశారు. శివాని రాజశేఖర్, రాహుల్ విజయ్ బెనర్జీ తదితరులు పాత్ర పరిధి మేరకు తమ వంతు 'పాత్ర'ను బాధ్యతగా, దర్శకుడు 'సూచనల 'కనుగుణంగా నటించారు. సాంకేతికంగా సినిమాను తనకు కావాల్సిన 'రియలిస్టిక్ జోనర్'లోనే తీర్చిదిద్దే నిపుణులను నియమించుకొని తన ప్రతిభకు ను చాటుకున్నారు తేజమార్ని. కథ జరిగిన ప్రాంతం ఆంధ్ర – ఒరిస్సా బోర్డర్. ఈ ప్రాంతపు టోన్, లైటింగ్స్ తో సన్నివేశాలకు నిండుతనం తెచ్చాడు కెమెరామెన్ జగదీష్. రంజన్ రాజ్ అందించిన సంగీతంలో ఒక పాట ఇప్పటికీ బాగా హిట్ అయింది. నేపథ్య సంగీతంను కూడా కథకు 'బలం' చేకూర్చే విధంగా అందించాడు. నిర్మాతలుగా వ్యవహరించిన బన్నీ వాసు, విద్యా కొప్పినీడి, సహ నిర్మాతలు భాను కిరణ్ ప్రతాప్, రియాజ్ దర్శకుడు ఎంచుకున్న కథకనుగుణమైన నిర్మాణ 'విలువల'ను సంపూర్ణంగా అందించారనే విషయం 'చిత్రం' చూసిన ప్రేక్షకులకు తెలుస్తుంది. దర్శకుడిగా తేజమార్ని మళయాళి రీమేక్ తో వచ్చినా, తనదైన సహజమైన ముద్రతో చిత్రాన్ని తీశారు. విజయం సాధించారు. యాక్షన్, ఎడిటింగ్, కొరియోగ్రఫీ, కళ ఇలా అన్నింటినీ ఆయన సంపూర్ణంగా వాడుకున్నారు.

వర్తమానంలో రాజకీయాలు, పోలీసు వ్యవస్థ ఒకదాని పైన ఒకటి ఆధారపడుతున్న నాయకులు, పోలీసులు వాడుకునే విధానం గమనించాలి. ఈ నేపథ్యంలో బలయ్యే పోలీసులు, ఓటు బ్యాంకు, ఓటర్ల పాత్ర వంటి అంశాల్ని స్పృశిస్తూనే, చివర ఓ సందేశంతో మలయాళ ఒరిజినల్ని అనుసరించిన 'తేజ' ముగింపు ఇచ్చేశారు.

తెలుగు చిత్రాలలో ఓ కొత్త జానర్గా ప్రయత్నించిన 'కోటబొమ్మాళి' చిత్రం ప్రేక్షకులను ఏమేరకు అలరిస్తుందో, ఆలోచింపజేస్తుందో చూడాలి. ప్రస్తుత ఎన్నికల వాతావరణానికి చెందిన ఈ ఆలోచింపజేసే కథ కోసం 'రీమేక్' కన్నా ఒరిజినల్ గా ఇంతకు మించిన నాటకీయ ఫక్కీ కథనాలు నేటి సమాజంలో జరుగుతున్నాయి. వాటిని కథలుగా మలుచుకోవచ్చు అనిపిస్తుంది. కానీ.. సినిమా అనేది నేడు వ్యాపారంగా మారింది. 'మినిమం' గ్యారంటీనిచ్చే 'రీమేక్లనే నిర్మాత, దర్శకులు ఇష్టపడుతున్నారు. 'కోటబొమ్మాళి' ఆ కోవకు చెందిన ప్రయత్నం.

**భమిడిపాటి గౌరీశంకర్**

**9492858395**

## సాధారణ ప్రేమ కథే... కానీ...

చలనచిత్రాల 'విజయసూత్రాలలో మొదటి, చివరిది కూడా ప్రేమ కథలే. వీటికి 'యువత' వేగంగా 'కనెక్ట్' అవుతారు. పెద్దవారు కూడా కోల్పోయిన 'తన ప్రేమ కథల గతాన్ని' వెతుక్కునే ప్రయత్నం చేస్తారు. భగ్న ప్రేమికులు(?) విషయం సరే సరి... ఇలా అన్ని వర్గాల వారిని సులభంగా చేరువయ్యేది ప్రేమ కథలే. నాగార్జున నుంచి.. నేటి వైష్ణవ్ తేజ్ వరకు అందరూ ప్రేమ కథలతోనే 'లాంచ్' అయారు. సమంత 'ఏంమాయ చేసావే' ఎంతగా యువతను ఉర్రూతలూగించిందో చెప్పనవసరం లేదు. నాటి 'దేవదాసు', మొన్నటి 'మరోచరిత్ర', నేటి 'సప్త సాగరాలు దాటి...' చిత్రాల నడుమ విడుదలైన కొన్ని వేల ప్రేమ కథా చిత్రాలను పరిశీలిస్తే 'ప్రేమ' 'విఫలం' 'విధి బలీయం' అనే చాలా కామన్ త్రెడ్ కనిపిస్తుంది. రక్షిత్ శెట్టి, రుక్మిణి వసంత్ జంటగా సెప్టెంబర్ 1న కన్నడంలో, 29న తెలుగులో విడుదలైంది. కన్నడలో మంచి కలెక్షన్స్ రాబట్టిందని రిపోర్ట్స్ ఉన్నాయి. కన్నడలో 'సప్త సాగర దాచే ఎల్లో' రక్షిత శెట్టి నిర్మించిన చిత్రం. కన్నడ సినిమాకు 'కావలుదారి' ఫేమ్ హేమంత్ ఎం. రావు దర్శకత్వం చేసాడు. పీపుల్స్ మీడియా ఫ్యాక్టరీ తెలుగులో విడుదల చేశారు.

మను, ప్రియ ప్రేమికులు. లోకం అసూయపడే ప్రేమ వారిద్దరిది. వివాహం కూడా చేసుకుందామనుకుంటారు. మను ఓ పెద్ద వ్యాపారస్తుని ఇంట్లో కారు డ్రైవరు. చదువుకుంటూనే మంచి సింగర్ గా ఎదగాలని ప్రియ జీవితాశయం. సముద్రం పక్కనే ఇల్లు కట్టుకొని జీవించాలనేది ఆమె కోరిక. మనుకు చెబుతుంది. అతను కూడా ఓకే. అంటాడు. ఇందుకోసం డబ్బు కావాలి. కారు ఓనర్ అయిన బిజినెస్ మాన్ కారు నడుపుతూ యాక్సిడెంట్ చేస్తాడు. డబ్బు కోసం ఆ నేరంను తను నెత్తి మీద వేసుకొని జైలుకెళ్తాడు. ఆ తర్వాత ఏం జరిగిందని తెరమీద చూడాలి. స్టోరీ లైన్ చిన్నది. గతంలో ఎన్నెన్నో చిత్రా లలో చూసింది కూడా. కానీ.. దర్శకుడు సినిమా స్క్రీన్ ప్లే కోసం 'మనసు' పెట్టి పని చేశాడు. ప్రేమలోని గాఢతను, అమాయకమైన యువకుడు ప్రేయసి కోసం ఎలా ప్రమాదంలో చిక్కుకున్నాడు. వారిద్దరూ ఎలా ఒకటవుతారు అనే అంశాలలోని 'ఎమోషన్స్' ఎంతో హృద్యంగా ఆర్ద్రంగా చిత్రించిన విధానం బాగుంది. ఇది 2010 నాటి కథ. ఆ కాలం నాటి వాతావరణంను స్క్రీన్ మీదకు తెచ్చి ప్రేక్షకులను కొత్త లోకంలోకి తీసుకెళ్లారు. తర్వాత మను జైలు పాలు అయిన వేళ జైలు కొత్త ఖైదీలను ఎలాంటి ఇబ్బందులు పడతారనేది ఓ 'పాఠం'లా చెప్పాడు. ఎంతో సహజంగా దర్శకుడు చిత్రించిన విధానం మను, ప్రియ ప్రేమ పట్ల సానుభూతిని ప్రదర్శించే

విధంగా చిత్రించాడు.

కాగితం పైన ఈ కథ 'లైన్' చాలా చిన్నది. ఊహించని మలుపులతో కథను నడపడం కష్టం. హీరో, హీరోయిన్స్ ను సాంకేతిక నిపుణుల ప్రతిభను పూర్తి స్థాయిలో ఆకళింపు చేసుకునే దిశగా దర్శకుడు హేమంత్ శత శాతం కృషి చేశాడనేది తెరమీద కనిపిస్తుంది. కథానాయకుడు మను పాత్రలో రక్షిత్ శెట్టి తన వంతుగా చక్కగా నటించాడు. కథానాయిక రుక్మిణి వసంత్ ఎక్కువ శాతం భావాలను కళ్ళతోనే ప్రదర్శించి, ఆమెలో ఓ మంచి నటి ఉన్నదని నిరూపించుకుంది. దర్శకుడు హేమంత్ సహితం ఆమెను పరిపూర్ణంగా 'మను'గానే ఊహించుకొని సన్నివేశాలు అల్లుకున్నాడనిపిస్తుంది. సింగిల్ పేరెంట్ గా పవిత్ర లోకేష్, కన్నింగ్ పాత్రలో అచ్యుత్ కుమార్ చక్కగా పాత్రల పరిధి మేరకు నటించారు. ఈ చిత్రంలో ప్రధానమైన భాగస్వామి సంగీత దర్శకుడు చరణ్ రాజ్ ను గురించి ప్రస్తావించాలి. తొలి నుంచి చివరి వరకు ప్రతి ఫ్రేం లోని తనదైన ముద్రను వేశాడు. పాటలేవి గుర్తుండవు. కానీ.. ప్రతి సన్నివేశానికి కుదిరేలా ఆర్ద్రత పూరిత నేపథ్య సంగీతం నందించి ప్రేక్షకులను తనతో తీసుకు వెళ్లేలా చేశాడు. ప్రేమ కథకు ఎంత అవసరమో అంతే సంగీతాన్ని ఆర్. ఆర్ ను అందించారు. ప్రేమ కథలను దృశ్య కావ్యంగా మల్చాలంటే ప్రధానమైన పాత్ర సంగీత దర్శకునిదేనని చెప్పక తప్పదు.

నాటి 'సీతాకోకచిలుక' నుంచి 'గీతాంజలి' వరకు ఇళయరాజా ది ఓ ప్రత్యేకమైన సరళి. ఏ. ఆర్. రెహమాన్ 'బొంబాయి' 'రోజా' వంటి వాటిని ప్రస్తావించుకోవాలి. ఆ కోవలోనే 'సప్త సాగరాలు దాటి..' చిత్రానికి చరణ్ రాజు ప్రత్యేకతను ప్రదర్శించారు. ప్రొడక్షన్, ఆర్ట్ విభాగాలు కూడా 2010 నాటి ప్రాపర్టీని చక్కగా ప్రెజెంట్ చేయగలిగారు.

'ప్రేమ ప్రకృతిలో భాగమంటారు' రవీంద్రుల వారు. ప్రసిద్ధ రచయిత చలం తన 'రాజేశ్వరి' పాత్రలో ఆమె మనసు ప్రకృతితో మమేకమని 'మైదానం 'లో రాస్తారు. ఈ కథలో కూడా 'సముద్రం' ఒడ్డున ఇల్లు, పాటలంటే ప్రాణం అనే హీరోయిన్ మనోభావాలకు అనుగుణంగా కథనం మలుచుకున్నారు దర్శకుడు హేమంత్. సముద్రంలోని ఆటుపోట్లను మను, ప్రియల ప్రేమ కథలో ఉన్నాయి. ప్రేమంటే వర్తమాన యువతి యువకులలో ఎక్కువ శాతం మందికి ఓ చులకన, నిర్లక్ష్య భావం ఉంది. కానీ ప్రేమంటే ఒకరికోసం ఒకరుగా జీవించడమని ఈ చిత్రం చెబుతుంది. చిత్రం మొదటి భాగం అంతా లవ్ ట్రాక్లో సరదాగా సాగితే, కారు ఓనరు మనుకు బెయిల్ కోసం ప్రయత్నిస్తానని చెప్పి గుండె నొప్పితో మరణించడం వలన పరిస్థితులు తారుమారవుతాయి. అటువంటి క్లిష్ట పరిస్థితులలో తమ మధ్య దూరం పెరగకుండా చూసుకుంటారు ప్రియ, మనులు. చిత్రంలో ఎక్కువ భాగం జైలు, కోర్టుల మధ్య జరుగుతుంది. సన్నివేశాలలో 'డ్రాగ్' లేకుండా... నీట్ గా చిత్రించాడు

దర్శకుడు. ఫోటోగ్రాఫర్ అద్వైత గురుమూర్తి.

ద్వితీయార్థంలో సంఘర్షణలకు పెద్దపీట వేశారు. కష్టాలు దాటే క్రమంలో మన ఉద్వేగాలు నడుమ ప్రబలే సంఘర్షణలు తట్టుకోవడం కష్టమే. అయినా ప్రేమ వాటిని జయించ కలుగుతుందని మను విశ్వాసం. ఓ మంచి ప్రేమ కథను అందించే ప్రయత్నంలో దర్శకుడు హేమంత్, నిర్మాత రక్షిత్ శెట్టి దీనికి పార్ట్ బి ఉందని కూడా చెప్పారు. కథ సుఖాంతానికి మరో భాగం చూడాలి. కథాకథనాలలో లోటు పాట్లు ఉన్నాయి. కానీ దర్శకుడు జాగ్రత్త పడ్డాడు.

'కాంతారా' తరువాత అంతకుముందు కూడా కన్నడ చిత్రాలకు తెలుగు నాట ఆసక్తి, ఆదరణ పెరిగాయి అనటం అతిశయోక్తి కాదు. అలాగని విడుదలైన ప్రతి చిత్రంను ఆదరించలేదు. సుదీప్, ఉపేంద్ర చిత్రాలు అపజయం పొందాయి. చక్కని కథతో మానవ అనుభూతులను, ప్రేమ, సంఘర్షణ, ఆప్యాయతలు, సంప్రదాయాలకు ప్రాధాన్యమిచ్చి వచ్చిన చిత్రాలకు విజయం చేకూర్చారు. ఈ కోవకు చెందిన ప్రేమ కథాచిత్రం 'సప్త సాగరాలు దాటి..' యువతకు బాగా నచ్చవచ్చు.

**భమిడిపాటి గౌరీశంకర్,**

**9492858395**

# నేటి పల్లెల దృశ్యం... నాటి 'పెద్ద మనుషులు'

'పల్లెలు భారత దేశ ప్రగతికి పట్టు కొమ్మలనే' గాంధీ గారి వ్యాఖ్యానాన్ని వల్లిస్తూ గ్రామాలను 'రాజకీయ చదరంగ బల్లలు' గా మారుస్తున్న నేటి నాయకుల ద్వంద్వ రీతిని ఏడు దశాబ్దాల క్రితమే దృశ్యమానం చేసిన చిత్రం వాహిని వారి "పెద్ద మనుషులు". ఈ చిత్రం కథకు మూలం హెన్రిక్ ఇబ్సన్ రాసిన "ది పిల్లర్స్ ఆఫ్ సొసైటీ" అనే నాటకం. రీమేక్ లు విపరీతంగా వస్తున్న వర్తమానంలో మూలంలోని కథ, కథనాలలోని అంతర్లీన సూత్రమైన "ప్రధానాంశమును"తీసుకొని, తెలుగు నాటకీయత, ప్రాంతీయత, సమస్యల స్వరూప స్వభావాలనద్ది, అచ్చతెలుగు సినిమాగా ఎలా తీయాలో, విజయం సాధించటమెలాగో కూడా "పెద్ద మనుషులు" చూసి తెలుసుకోవలసిందే. అనేక వందల "గ్రామీణ" నేపథ్య చిత్రాలకు ఈ చిత్రం ఒక నమూనాగా నిలిచింది. ఆ తరువాత కాలంలో వందలాది చిత్రాలు ఇదే కథాంశంతో వచ్చి విజయం సాధించాయి. కొన్ని చతికిలబడ్డాయి. తెలుగు, తమిళ, మలయాళీ, కన్నడ, హిందీల్లో వచ్చిన ఆ చిత్రాలకు 'పెద్ద మనుషులు' ఒక దిశా నిర్దేశం చేసిందని చెప్పవచ్చు. అదీ దర్శకుడి కె.వి.రెడ్డి మేధస్సు. గ్రామీణ ప్రాంతాలలో నేటి 'రాజకీయ' 'సామాజిక' జీవితాలు ఎలా నాయకుల స్వార్థానికి తమ సహజమైన రూపురేఖలు మార్చుకుంటున్నాయో 1954లోనే ఈ చిత్రం చూపిస్తుంది. నాయకులు ఓటర్లనే కాదు, తమ ఇంట్లో వారిని సహితం ఎలా దోచుకుంటారో, మీడియా 'తన కోసమే' పనిచేయాలని ఎలా కోరుకుంటారో, మేక వన్నె పులులు వంటి నాయకుల వైఖరికి (ధర్మారావు పాత్ర) అమాయకులు, నిజాయితీపరులైన వారెలా బలవుతున్నారో (రామదాసు, శంకరం వంటి పాత్రలు) 'పెద్ద మనుషులు'లో చూడవచ్చు. పబ్లిక్ లో చెప్పేవి శ్రీరంగనీతులు, రాత్రులు దూరేవి దొమ్మరి గుడిసెలనే చందంగా ఉండే పాత్రలను ఎంతో ముందు చూపుతో తీర్చిదిద్దిన కె.వి.రెడ్డి, డి.వి. నరసరాజు, తిలక్ (ఈయన తర్వాత కాలం దర్శకుడిగా ఎదిగారు మంచి చిత్రాలను నిర్మించారు) ల చిత్రం పైన మమకారం తెలుసుకోవచ్చు.

సినిమా ప్రారంభంలో 'నందామయా గరుడ నందమయా ఆనందదేవికి నందమయా' అనే పాటను వినిపిస్తూ టైటిల్స్ వేస్తారు. రేలంగి ధరించిన (తిక్క)శంకరం పాత్రను ప్రవేశపెడతారు. ఆ పాటలో 'స్వాతంత్ర సమరాన జయభేరి మ్రోగించు శాంత మూర్తులు అంతరించారయ్య, స్వాతంత్ర్య గౌరవం సంతలో తెగనమ్ము స్వార్థపరులు అవతరించారయ్యా' అనే చరణం లో వాస్తవ దృశ్యాలు నాడే చిత్రించిన (వినిపించిన) తీరు అద్భుతం. చిత్రంలో

తొమ్మిది పాటలు ఉన్నాయి. వీటిని ఊటుకూరి సత్యనారాయణ, కొసరాజు, యస్. రాఘవరావు తదితరులు రచించారు. ఘంటసాల, లీల, జిక్కి, నాగేశ్వరరావు, మాధవపెద్దిలు నేపద్యగానం అందించారు. సంభాషణలు డి.వి. నరసరాజు, సంగీతం ఓగిరాల రామచంద్రరావు, అద్దేపల్లి రామారావు చేశారు. 'శివ శివ మూర్తివి గణనాథ', 'నందామయ గరుడ నందమయ్య, తదితర పాటలు నేటికీ వినిపిస్తున్నాయి. నటీనటులలో గౌరీనాథ శాస్త్రి పోషించిన ధర్మారావు, లింగమూర్తి ధరించిన రామదాసు, పూజారి పాత్ర పోషించిన వంగరలు జీవం పోశారు. ముఖ్యంగా గౌరీనాథ శాస్త్రి చేసిన సాఫ్ట్ విలనీ తర్వాత కాలంలో ఎంతోమంది నటులకు మార్గదర్శనం చేసిందని చెప్పవచ్చు. ముఖ్యంగా నాగభూషణం, ధూళిపాళ, ముక్కామల, మిక్కిలినేని, గుమ్మడి, ఎస్వీ రంగారావు వంటి మహానటులకు గౌరీనాథ శాస్త్రి వాచకం, ఆంగీకం ఒక ఒరవడిగా చెప్పుకోవాలి. తన చెల్లెలను ఇష్టపడుతున్న డ్రైవర్ను చంపిన దృశ్యంలోనూ, ప్రారంభంలో సభా కార్యక్రమంలోనూ, రామదాసును జైలుకు పంపే సన్నివేశంలోనూ ఆయన నటన 'నభూతో...' . తదుపరి కాలంలో రావు గోపాల్ రావు వంటి నటులు ఆయనను ఒక విధంగా అనుకరించారు, అనుసరించారు. నాగయ్య నటించిన 'పోతన' సినిమాలో గౌరీనాథ శాస్త్రి పోషించిన 'శ్రీనాధుని' పాత్ర చూసిన వారు ఎవరికైనా 'శ్రీనాధుడే' తమ కళ్ళ ముందు ఉన్నాడని భ్రమిస్తారు. కే. వి. రెడ్డి 'గౌరీనాథ శాస్త్రి'ని వాడుకున్న విధంగా బహుశా మరే దర్శకుడు ఉపయోగించుకోలేదంటే అతిశయోక్తి కాదు. రేలంగి నటించిన తిక్క శంకరయ్య పాత్ర, ఆ పాత్ర పోషణలో రేలంగి గారి నటన అద్భుతం. "నేను నటించిన చిత్రాలలో నాకు నచ్చిన పాత్ర 'తిక్క శంకరయ్య" అని ఆయనే అనేక వేదికల పైన చెప్పుకొన్నారు. కే.వి.రెడ్డి దర్శకత్వం గురించి చెప్పడం అంటే ఆకాశం యొక్క విస్తీర్ణం గురించి వివరించడమంత అజ్ఞానం.

1954లోనే పల్లెల దృశ్యం ఎలా ఉందో, పెద్ద మనుషులుగా చలామణి అయ్యే వారి అసలు రూపం ఏమిటో ఈ చిత్రం ప్రజా రంజకంగా వివరిస్తుంది. ఆ సంవత్సరం జాతీయ పురస్కారాలలో ఈ సినిమా "ఉత్తమ తెలుగు సినిమాగా అవార్డు" అందుకుంది. విమర్శకులు సహితం మెచ్చుకున్నారు. ఆనాటి సినీ పత్రికలో 1954లో విడుదలైన చిత్రాలలో ఉత్తమమైనది ఏదంటే పాఠకులు అత్యధిక సంఖ్యలో 'పెద్ద మనుషుల 'కే ఓటు వేశారు. మూడు గంటలకు పైగా (191 నిమిషాలు) నడిచే చిత్రంలో అనవసరమైన సంభాషణ గాని, సన్నివేశం, పాట, హాస్యం వంటివి ఉండవు. కే.వి. రెడ్డి స్క్రీన్ ప్లే విధానం అదే. అందుకనే 'మాయాబజార్' వంటి చిత్రాలు నేటికీ ఓ 'చరిత్రగా నిలిచిపోయాయి. రీమేక్ చిత్రాలు నిర్మిస్తున్న దర్శకులు, నిర్మాతలు ఎందుకు ఇటువంటి చిత్రాలు చూసి నేర్చుకోరో అర్థం కాదు. ఈ చిత్రంలో కథ చిన్నదే. ఆదికేశవపురం అనే గ్రామంలో చైర్మన్, పూజారి, వ్యాపారి, కాంట్రాక్టర్ వంటి వారు ప్రజలను

ఎలా తన నయవంచన మాటలతో మోసం చేసి ఎదుగుతున్నారో, 'ప్రజాసేవ' అనే నాటి పత్రికలు ఎలా నిజాలను బయటకు తెచ్చాయో వాటి ఫలితాలేమిటో ప్రధాన అంశములుగా కథ సాగుతుంది. ఇంగ్లీష్ డ్రామాకు అచ్చమైన తెలుగు దనాన్ని అద్ది ఎలా విజయం సాధించారో అని చెప్పేందుకు వాహిని వారి 'పెద్ద మనుషులు' ఓ చక్కని ఉదాహరణ. ఈనాడు ఆ సినిమా చూస్తున్నా ఆలోచింపజేస్తుంది. నటులు, దర్శకులు ప్రతిభ అబ్బురమనిపిస్తుంది. ఆశ్చర్యాన్ని కలిగిస్తుంది. నేటి తరం నేర్చుకోవాల్సింది ఎంత ఉందో గుర్తు చేస్తుంది. కానీ ఆచరించే వారేరి....!?

భమిడిపాటి గౌరీ శంకర్
9492858395

# 'చిత్ర' పదబంధాల మోళి... పింగళి

"తీర్చని అప్పుకి ఎంత వడ్డీ అయితేంటి..." ఈ డైలాగ్ **1959** నాటిది. నేటికీ 'ఋణానంద లహరి' అప్పారావులకు వేద వాక్యమే. అప్పులు ఎలా చేయాలి.. ఎందుకు చేయాలి.. వాటి అవసరం.. ఆవశ్యకతలను గూర్చి సి.ఎస్.ఆర్.చే అద్భుతమైన హాస్య సంభాషణలను చెప్పించిన మాటల మాంత్రికుడు పింగళి నాగేంద్రరావు. అంతేనా.. గిడి.. గిడి, "సాహసం సేయరా డింభక, రాజకుమారి దక్కును' 'నరుడా! ఏమి నీ కోరిక' (ఈ పేరు మీద ఒక సినిమా కూడా వచ్చింది) 'హైహై నాయకా' 'అహ నా పెళ్ళంట' 'ఓహో నా పెళ్ళంట' 'నిజం చెప్పమంటారా.. అబద్ధం చెప్పమంటారా? రాజకుమారి' ఇలా కొత్త కొత్త మాటలను పింగళి వారు అలవోకగా రాసేసారనిపిస్తుంది. ఇవన్నీ నేటికీ ఎక్కడ'పడితే' అక్కడ వినిపిస్తూనే ఉన్నాయి. 'మాయాబజార్' చిత్రంలో గింబలి, వీరతాళ్ళు, ఎవరూ కనిపెట్టకపోతే భాష ఎలా పుడుతుంది. 'దుష్ట చతుష్టయం' పింగళి వారి 'చిత్రమైన పదబంధాల మోళిలే. ఆయన కలం ఓ ఇంద్రజాలం. ఆయనో మాటల యంత్రం. **1935** నుండి **1971** వరకు అనేక చిత్రాల్లో కథ, మాటలు, పాటలు, చిత్రానువాదం చేసి క్రొత్త రికార్డు ఏర్పాటు చేసుకున్న సంభాషణల రచయితా. ఆయన పాటలు అజరామరం. మాటలు భాషా సుగంధాల పూదోటలు, ఆయన సృష్టించిన పాత్రలు నిత్య నూతనాలు. ఆయన పాళి... నేపాలి మాంత్రికుడి మంత్రదండం. 'విజయ'వంతమైన చలనచిత్ర ప్రస్థానం ఆయన చరితం.

పింగళి నాగేంద్ర రావు **1901** డిసెంబర్ **29**న శ్రీకాకుళం జిల్లా బొబ్బిలి( ప్రస్తుతం విజయనగరం జిల్లా) రాజాంలో జన్మించారు. ఆరున్నర పదుల వయసు వరకు అవిశ్రాంతంగా రచయిత, పత్రికా ఉపసంపాదకుడుగా రచనలు చేశారు. తండ్రి గోపాలకృష్ణయ్య. తల్లి మహాలక్ష్మమ్మ. ఈయన అన్న శ్రీరాములు **1913** లోనే ఆస్ట్రేలియా వెళ్లిపోయారు. పంచదార ఎగుమతి వ్యాపారం చేసేవారు. చిన్నతనం అంతా తల్లి గారి ఊరైన కృష్ణాజిల్లా దివి పరిసరాలలో గడిచింది. ఆంధ్ర జాతీయ కళాశాలలో మెకానికల్ ఇంజనీరింగ్ పూర్తి చేశారు. కళాశాలలో చదివే సమయంలోనే మంగినపూడి పురుషోత్తమ శర్మ, మాధవ పెద్ది వెంకట్రామయ్య, కోపల్లె హనుమంతరావు, భోగరాజు పట్టాభి సీతారామయ్య, ముట్నూరి కృష్ణారావు తదితరుల పరిచయం కలిగింది. **1918** తర్వాత రైల్వేలో ఉద్యోగిగా చేరారు. ప్రసిద్ధ వ్యాయామవేత్త రామజోగారావు గారి దేశభక్తి ఉపన్యాసాలు వలన పింగళి వారిలో

జాతీయోత్సాహం కలిగింది. **1920**లో ఉద్యోగానికి రాజీనామా చేసి ఉత్తర దేశ యాత్ర చేశారు. దివ్య జ్ఞాన సమాజం సభ్యులుగా చేరారు. కాంగ్రెసులో చేరి దేశ సేవ చేయాలనుకున్నారు. కాంగ్రెస్ ఆర్గనైజర్ గా ఉద్యోగం చేశారు. అక్కడే దేశభక్తి పద్యాలు రచించి 'జన్మభూమి' అనే పుస్తకంగా ముద్రించారు. పట్టాభి సీతారామయ్య గారి మాటల ప్రభావంతో కాంగ్రెస్ పార్టీకి రాజీనామా చేశారు.

పింగళి నాగేంద్ర రావు గారు తన రచన వ్యాసాంగంను కేతు శ్రీరామ శాస్త్రి **1923**లో 'శారద' అనే పేరుతో పత్రికను ప్రారంభించారు. సీతారామయ్యగారి సలహా మేరకు పింగళి ఆ పత్రికలో చేరి శ్రీరామ శాస్త్రి గారికి సహాయకుడిగా పత్రికను నడపసాగారు. పత్రికలో పని చేస్తున్న సమయంలోనే ఆయన ద్విజేంద్ర లాల్ రాయ్ బెంగాలీ నాటకాలు మేవాడ్ పతన్, పాషాణి తర్జుమా చేసి 'కృష్ణా పత్రిక'లో ప్రచురించారు. 'నా రాజు' భారతిలో ప్రచురితమైంది. 'జేబున్నీసా' నాటకాన్ని మద్రాసు ప్రభుత్వం 'హిందూ ముస్లిం' గొడవలకు కారణమవుతుందని **1923**లో ప్రదర్శనను నిషేధించింది. నాటక రచన, ప్రదర్శన సమయంలోనే ఆయనకు ప్రేక్షకుల నాడి తెలిసింది. 'జనం కోరింది మనం సేయాలా... మనం చేసింది జనం సూడాలా' అనే ప్రశ్నకు ఆయనకు సమాధానం దొరికింది. 'జనం కోరిందే ఆయన చే(రా) శారు'. 'వింధ్య రాణి' నాటకం విజయం కొంతమంది మిత్రులతో సినిమాగా తీసే నిర్ణయం జరిగింది. వీరికి ఆరు రీళ్ళ సినిమా 'తారుమారు' తీసిన ఎస్. జగన్నాథ్ కలిశారు. ఈ జగన్నాథ్ తీసిన సినిమా మోలియర్ నాటకానికి అనుసరణ 'భలే పెళ్లి'. ఈ సినిమాకి రచయిత పింగళి నాగేంద్ర రావు.

'భలే పెళ్లి' ఆయన మొదటి సినిమా. ఈ చిత్రం ఆయనను చిత్రరంగంలో నిలదొక్కుకునేటట్లు చేయలేదు. రెండవ ప్రపంచ యుద్ధం ఆరంభమైంది. ఫిల్మ్ కరువవటం చేత మద్రాసు చిత్ర పరిశ్రమ చతికిలపడింది. నాటకాలాడుకోవడం కోసం పింగళి బందరు వెళ్లిపోయారు. 'వింధ్యరాణి' చిత్రానికి **1946** కలిసి వచ్చింది. జెమినీ స్టూడియో సహకారం వైజయంతి ఫిలింస్ సంస్థకు లభించింది. సి.పుల్లయ్యను దర్శకుడిగా ఎన్నుకున్నారు. డి.వి. సుబ్బారావు, పుష్పవల్లి (నటి రేఖ తల్లి), రేలంగి, జీ. వరలక్ష్మి ప్రభృతులు పాత్రధారులు. పింగళి నాగేంద్ర రావుకు పిలుపు వెళ్ళింది. ఆయన సి. పుల్లయ్య గారితో కలిసి స్క్రిప్ట్ తయారు చేశారు. ఈ చిత్ర నిర్మాణ సమయంలోనే కే.వి.రెడ్డితో పరిచయం జరిగింది. 'వాహిని' తీస్తున్న 'యోగి వేమన'కు ఆయన దగ్గర సహాయ దర్శకులుగా పనిచేస్తున్న కమలాకర కామేశ్వరరావు పరిచయం పింగళి వారికి దొరికింది. కామేశ్వరరావు గారు కూడా బందరు వాసే..! పింగళి వారి 'రచనా వైదుష్యం' తెలిసిన కె.వి.రెడ్డి తను తీయబోయే 'గుణసుందరి కథ'కు నాగేంద్రరావును రచయితగా తీసుకున్నారు. వీరిద్దరి కలయిక తెలుగు చలనచిత్ర స్వర్ణయుగపు చిత్రాలకు శ్రీకారం చుట్టిందని చెప్పాలి. కే.వి.రెడ్డి దర్శకత్వం పింగళి రచనలో హాయతి,

కాలమతి వంటి హాస్య పాత్రలు తెలుగు ప్రేక్షకులను నవ్వించాయి. వీరిద్దరూ కలయికలో వచ్చిన 'గుణసుందరి కథ' ఎంతటి విజయం సాధించిందో అందరికీ తెలిసిన చరిత్ర. కస్తూరి శివరావు ప్రధాన పాత్రగా వచ్చిన ఈ చిత్రంలో 'గిడి గిడి' వంటి సంభాషణలు ఎంతగానో అలరించాయి.

'గుణసుందరి కథ' విజయం పింగళి నాగేంద్ర రావు గారిని 'విజయ'వంతమైన రచయితగా చిత్ర పరిశ్రమకు పరిచయం చేసింది. 'వాహిని' విజయ వారి నిర్వహణలోకి వచ్చింది. 'గుణసుందరి' నిర్మాణం జరుగుతున్న సమయంలోనే విజయవారు తదుపరి చిత్రాలపై దృష్టి పెట్టారు. ఈ కారణంగా కమలాకర కామేశ్వరరావు పింగళి వారిని తమ సంస్థలోకి తీసుకున్నారు. కే.వి.రెడ్డి, పింగళి ద్వయంలో తయారైన ద్వితీయ చిత్రం 'పాతాళభైరవి'. ఈ చిత్ర విజయం కూడా చరిత్రగా మారింది. చిత్ర నిర్మాణంలో 'విజయ' గొప్ప ప్రమాణాలు పాటించింది. ఇండియాలో జరిగిన 'అంతర్జాతీయ చలనచిత్రోత్సవం'లో ప్రదర్శించారు. 'పాతాళభైరవి'లో, అంజి, డింగరి, తోట రాముడు, నేపాలీ మాంత్రికుడు వంటి పాత్రల యొక్క రూపకల్పన పింగళి వారి ప్రతిభకు తార్కాణం. 'జగదేకవీరుని కథ'లో 'హే రాజన్' అనే పదం ఆనాటి కుర్ర కారు ఊతమైంది. 'పాతాళభైరవి', 'మాయాబజార్', 'మిస్సమ్మ', 'అప్పు చేసి పప్పు కూడు', 'మహామంత్రి తిమ్మరుసు', 'కృష్ణార్జున యుద్ధం', 'సి.ఐ.డి.', 'గుండమ్మ కథ' ఇలా **18** సినిమాలు పింగళి వారి కలం బలం వలన నేటికీ తెలుగు ప్రేక్షకులను అలరిస్తున్నాయి. దిగ్విజయంగా వివిధ ఛానల్స్ లో ప్రదర్శితమవుతున్నాయి. ఆయన చిత్రాలలోని పాటలను ఒక్కసారి మననం చేసుకుంటే 'మనస్సులో వెన్నెల రాత్రులు విరబూస్తాయి. 'మాయాబజార్' 'గుండమ్మ కథ' 'మిస్సమ్మ' 'పెళ్లినాటి ప్రమాణాలు' 'అప్పు చేసి పప్పు కూడు' తదితర చిత్రాలలోని వెన్నెలలో చిత్రించిన పాటలు వినండి... 'పగలే వెన్నెల జగమే ఊయల' అనే సినారే. వ్యాఖ్యానం నిజమనిపిస్తుంది. సాహిత్యానికి తగిన సంగీతం, సంగీతానికి తగిన సాహిత్యం అందించడమే పింగళి వారి 'పాళీ' మహత్తు.

ఆయన కథల దించిన చిత్రాలు 'అగ్గి మీద గుగ్గిలం' 'పెళ్లినాటి ప్రమాణాలు' 'పాతాళభైరవి' 'వింధ్యా రాణి' వీటిలో ఒక రకమైన వర్గ స్వామ్యం కనిపిస్తుంది. పేదలు, పెద్దలు (సంపన్నులు)మధ్య సఖ్యత సమసమాజ నిర్మాణానికి అవసరమని చెప్తుంది. 'అగ్గిమీద..' సినిమాలో చిత్ర విచిత్రమైన సన్నివేశాల రూపకల్పనలో పింగళి వారి ముద్ర బలంగా కనిపిస్తుంది. ఆయన 'ఎదిగిన' ఎరిగిన దేశభక్తి నేపథ్యం ఆయన కథ అందించిన చిత్రాలలో అంతర్లీనంగా చిత్రించడమైనదని చెప్పాలి. 'రచయిత జీవించడానికి మరియు రాయడానికి డబ్బు సంపాదించాలి. కానీ అతను ఏ విధం గానూ డబ్బు సంపాదించడం కోసం

జీవించకూడదు. మరియు రాయకూడదనే మార్క్స్ వ్యాఖ్యానంను జీవిత సూత్రంగా నమ్మిన రచయిత, పత్రికా సంపాదకుడు పింగళి నాగేంద్ర రావు.

భమిడిపాటి గౌరీ శంకర్

**9492858395**

# కథ కన్నా...కథనం మిన్న- ' చిన్నా'

ఈ మధ్య ఒక దినపత్రికలో ఓ పదమూడేళ్ల బాలిక(?) తనను పెంచి పెద్ద చేసిన తల్లిని హత్య చేసిందని, ఇందుకు తన ప్రియుడు(19), స్నేహితుల సహాయం తీసుకుందని వార్త ప్రచురితమైనది. ఎంతో విచారించ దగ్గ అంశం. మృతురాలికి పిల్లలు లేని కారణంగా ఆ దంపతులు కాకినాడకు చెందిన పసికందును దత్తతకు తీసుకొని, అల్లారు ముద్దుగా పెంచుకున్నారు. అదే ఆమె మరణానికి కారణమైంది. మృతురాలి భర్త కొద్ది సంవత్సరాల క్రితం మరణించాడు. ఆనాటి నుంచి కూతురే(?) సర్వస్వంగా బ్రతుకుతున్నది. కూతురు 'ముద్దును' తన చెడు తిరుగుళ్ళకు 'స్వేచ్ఛ 'గా భావించింది. వ్యసనాలకు బానిసయింది. చివరకు దయతో చేరదీసిన తల్లినే చంపేసింది. జైలులో ఉంది. ఇటువంటి దినపత్రికలలో వచ్చినవి కొన్నే... రానివెన్నో.. పిల్లల పెంపకం పై ప్రశ్నలు కురిపించే కోణం ఇదొకటి... మరోవైపు పసిపిల్లలపై పెరుగుతున్న అత్యాచారాలకు లోటు లేదు. ఏడిస్తే 'సెల్' ఫోన్ చేతులలో పెట్టి లాలిస్తున్న తల్లిదండ్రుల సంఖ్య క్రమేపి పెరుగుతున్నది. 'గుడ్ టచ్', 'బేడ్ టచ్' అనేటటువంటివి నేర్పే సమయం మీడియాకు, పేరెంట్స్ కు లేదనే అనుకోవాలి. పదమూడేళ్ళ పిల్లలు అత్యాచారాలకు లోనవుతున్నారు. హత్యలు చేస్తున్నారు. ఈ నేపథ్యం వారి కుటుంబం, పిల్ల మానసిక స్థితి, సమాజం దృష్టిలో ఇటువంటి పిల్లల దృక్కోణం ఏమిటి? అనేది ఓ సున్నితమైన అంశం. ఇటువంటి కథను సినిమాగా తీస్తే... అమ్మో అని భయపడేవారు ఉంటారు. 'భలే' అనే కావల్సినంత మసాలా దినుసులు చేర్చి 'నోళ్లు' చప్పరించే సినిమాలు తీసేవారు కొందరు ఉంటారు. కానీ... సినీ నటుడు సిద్ధార్థ ఎటువంటి భయం లేకుండా, ఇటువంటి కథను అత్యంత ఆరోగ్యకరమైన రీతిలో చక్కని కథనాన్ని జోడించి, ఎస్. యు. అరుణ్ కుమార్ ను దర్శకునిగా పెట్టుకొని 'సిన్సియర్ 'గా తమిళంలో చేసిన ప్రయత్నం 'చిత్తా'. తెలుగులో 'చిన్నా 'గా విడుదల చేశారు. "ఈ చిత్రాన్ని బాగోలేదని ఎవరైనా అంటే తెలుగులో తన సినిమాలను విడుదల చేయనని" కూడా నిర్భయంగా చెప్పిన నటుడు సిద్ధార్థ. తమిళంలో ప్రేక్షకుల, విమర్శకుల ప్రశంసలు అందుకుంది.

వర్తమానంలో ఆడపిల్లలకు కావలసిన స్వేచ్ఛ ఇచ్చినా, ఇవ్వకపోయినా ప్రమాదమే అనేటట్టుగా మారింది సమాజ రీతి. ఆడపిల్లలను సింహంలా పెంచాలనే నీతిని బోధించే చిత్రాలు వస్తున్నాయి. 'చిన్నా'లాంటి అంటే హెచ్చరించే సినిమాలు వస్తున్నాయి. సందేశాల

వరకు ఓ.కే.. కానీ.. వాస్తవం..!? 'సమాజ పరమైన కథలకు సొమ్ములు రావు. ప్రశంసలు, అవార్డులు నిర్మాత కడుపు నింపవని' 'విశ్వశాంతి' విశ్వేశ్వరరావు (తీర్పు, కంచుకోట ఫేమ్) అన్నారు. కానీ... సిద్ధార్థ వంటి నటులు తమ ప్రయత్నాలు తాము చేస్తున్నారు. 'చిన్నా' చిత్రం కథ పాతదే.. గతంలో కమలహాసన్ 'మహానది', సాయి పల్లవి 'గార్గి' వంటి సినిమాలు 'చైల్డ్ అబ్యూజ్' పై వచ్చాయి. క్లాసికల్స్ గా పేరు తెచ్చుకున్నాయి. కనకనే నిర్మాత సిద్ధార్థ, దర్శకుడు అరుణ్ కుమార్ లు సున్నితమైన కథాంశానికి కాస్త సస్పెన్షన్ ను జోడించి 'మంచి టెంపో'తో సినిమాను నడిపారు. ఈ కథలో 'యాదాద్రి' కథ జరిగే ప్రాంతం. హీరో చిన్నా (సిద్ధార్థ) మున్సిపల్ ఆఫీసులో ఉద్యోగి. ఇతని ప్రియురాలు శక్తి (నిమిషా సజయన్) పారిశుద్ధ్య కార్మికురాలు. కాలేజీ డేస్ నుంచి వీరిది లవ్. చిన్నా అన్నయ్య అకాల మరణంతో అతని కూతురు చిట్టిని, వదినను బాధ్యతగా చూసుకుంటూ ఉంటాడు. ఇలా అతని జీవితం సాఫీగా పోతున్న సమయంలో చిట్టి స్నేహితురాలు, తన స్నేహితుడు ఎస్సై అయిన వాడి మేనకోడలు 'మున్ని' (సబియా తస్నిమ్) లైంగిక దాడికి గురవుతుంది. అందరి వ్రేళ్ళు, కళ్ళు చిన్నా వైపు తిరుగుతాయి. ఒక వీడియో కూడా బయటకు వస్తుంది. 'చిన్నా' వదిన కూడా చివరకు నమ్ముతుంది. ఇలా ఉండగా 'చిట్టి' మిస్ అవుతుంది. 'మున్ని'పై అత్యాచారం చేసింది చిన్నాయేనా? చిట్టి ఏమైంది... చివరకు కథ ఏమైంది అనేది దర్శకుడు నైపుణ్యమంతగా, అశ్లీలతకు తావియ్యకుండా చిత్రాన్ని 'క్రిస్పీ'గా నడిపించిన తీరు ప్రేక్షకులను అలరిస్తుంది. నిజానికి 'చైల్డ్ అబ్యూజ్' లాంటివి జరిగినప్పుడు నిందితులపై బాధితురాలి కుటుంబ సభ్యులు మాత్రమే కాదు, సభ్య సమాజం కూడా తీవ్రమైన ద్వేషం వెల్లడిస్తారు. వీలైతే 'చంపమంటారు' కూడా. ఇది సరైనదేనా? అనే ప్రశ్నలు కూడా చిత్రంలో ఉన్నాయి. కానీ... బాధితుల ప్రక్కన నిలబడి, నిజానిజాలు తెలుసుకొని, వారికి మేమున్నామనే ధైర్యాన్ని ఇవ్వకపోవడం అన్యాయం అనే ప్రశ్నను చిత్రం లేవదీస్తుంది. ఈ పాయింట్ ను ప్రెజెంట్ చేసిన తీరు బావుంది. ఇక ఇంట్లో బాబాయిలు, మామయ్యలు కూడా ప్రమాదకరమేనని హెచ్చరిస్తూనే, బయటి వారితో ఎలా మెలగాలనే విషయాన్ని చిన్నపిల్లలకు నేర్పాలనే విషయాన్ని సినిమా చర్చకు తెస్తుంది.

నిజానికి కథ కొత్తది కాదు. చాలా సినిమాలలో మాదిరిగా రొటీన్ కథాకథనాలు జరిగిపోతుంటాయి. కానీ... వాటి తరువాత ఏం జరుగుతుందనే ఆసక్తి ప్రేక్షకుల్లో కలిగించడం వెనుక దర్శకుడు ప్రతిభ కనిపిస్తుంది. సిద్ధార్థ వంటి నటుడు ఇంతటి ఆరోగ్యవంతమైన కథను ఎంపిక చేసుకొని, దానిని అంతే సిన్సియర్ గా స్క్రీన్ పైన ప్రెజెంట్ చేసేందుకు ప్రయత్నించడం అభినందనీయం. దర్శకుడు సాంకేతిక నిపుణులను శ్రద్ధగా ఉపయోగించుకున్నాడు. ఇటువంటి చిత్రాలకు 'బీజియమ్' కథకు ప్రేక్షకుల దగ్గరకు దర్శకుడి నుంచి చూపించాలి. ఆ పనిని నేపథ్య సంగీతమందించిన విశాల్ చంద్ర శేఖరన్ చక్కగా

చేశారు. సంగీతమందించిన దిబు నినన్ థామస్, సంతోష్ నారాయణన్ లు కూడా తమ పాత్రను సమర్థవంతంగా నిర్వహించారు. కెమెరా పనితనం నిర్మాతకు తగిన విధంగానే ఉన్నాయి. కథ కన్నా కథనం మిన్నగా ఉన్న 'చిన్నా'ను తల్లిదండ్రులు చూడాలి. ఓటిటిలో ఈ చిత్రానికి ప్రేక్షకుల స్పందన బాగుందనుకోవచ్చు. ప్రయోజనాత్మక చిత్రాలన్నీ ప్రయోగాత్మక చిత్రాలే. వీటి వలన నిర్మాతలకు లాభాలు రాకపోవచ్చు. కానీ... పది కమర్షియల్ సినిమాలు తీసిన వారు కూడా ఒక ప్రయోగాత్మక చిత్రం తీయాలని తను ఆత్మ సంతృప్తిని పొందాలనుకుంటున్నారని ప్రముఖ ఉత్తరాది దర్శకుడు రాజ కపూర్ అభిప్రాయం. రాఘవేంద్రరావు, కే.ఎస్. ప్రకాష్ రావు, సి. పుల్లయ్య, విశ్వేశ్వరరావు, కోదండ రామిరెడ్డి, కోడి రామకృష్ణ వంటి దిగ్గజ దర్శక నిర్మాతలు అలానే సందేశాత్మక చిత్రాలు తీశారు. ముఖ్యంగా రాజ్ కపూర్ ది ఈ విషయంలో అగ్రస్థానమనే చెప్పాలి. సిద్ధార్థ్ కూడా ఆ ప్రయత్నం చేయడం అభినందనీయం.

**భమిడిపాటి గౌరీశంకర్,**

**9492858395**

# 800... ఫర్వాలేదు...

క్రీడాకారుల జీవిత కథల ఆధారంగా తెలుగు సినిమా పరిశ్రమకు కొత్త కాదు. 'అశ్విని' వంటి చిత్రాలు ప్రజాదరణను పొందాయి. అరుదుగా వచ్చే ఇటువంటి కథాంశాలు ఉన్న చిత్రాలలో 'రిస్క్' ఎక్కువ. కొన్ని సందర్భాలలో 'నాటకీయతకు' ప్రాధాన్యం ఇవ్వవలసిన వస్తుంది. ఈ నేపథ్యంలో 'సహజత్వం' దూరమవుతుంది. 'ఎమోషన్స్' మిస్ అవుతాయి. సాధారణ ప్రేక్షకులు (క్రీడల పట్ల ఆసక్తి లేనివారు) ఇటువంటి చిత్రాలకు కనెక్ట్ కారు. వారి కోసం ప్రత్యేకమైన 'వాణిజ్యాంశములు' జోడిస్తే కథలో సాగతీత ఎక్కువవుతుంది. ఇక్కడ గమనించ దగ్గ అంశమేమిటంటే ఏ క్రీడాకారుని జీవిత కథ ఆధారంగా సినిమా తీస్తున్నారో.. సదరు ఆటగాడికి 'కథ' నచ్చేలా 'స్క్రీన్ ప్లే' నడపడం కష్టమైన పని. అయితే ప్రఖ్యాతి గాంచిన, టీంలో ప్రముఖ పాత్ర వహించిన, జట్టు విజయాలకు సారధిగా నిలిచిన 'ఆటగాడి' జీవిత కథలో 'వాణిజ్యాంశాలు' ఎక్కువగానే ఉంటాయి. వారికి ప్రత్యేకమైన 'పర్సనల్ లైఫ్' తక్కువ. జీవితం, బాల్యం, వివాహం, ఆట, విజయాలు, అపజయాలు, బలహీనతలు అన్నీ కూడా పేపర్లో నిత్యం 'న్యూస్ 'గా నిలుస్తాయి. సచిన్, కపిల్, గవాస్కర్, కోహ్లీ ఇలా ప్రతి ఒక్కరి జీవితం సమాజంలో భాగంగానే ఉంటుంది. అటువంటి క్రీడాకారుడే శ్రీలంకకు చెందిన క్రికెట్ లెజెండ్ ముత్తయ్య మురళీధరన్.

శ్రీలంకలో జాతి వివక్షత పూరిత ఉద్రిక్తతల కారణంగా ముత్తయ్య కుటుంబం అనేక కష్టాలనెదుర్కొంటుంది. ఈ నేపథ్యంలో వ్యక్తిగత మరియు వృత్తి అనుభవాలను కథ నడుస్తుంది. మురళీధరన్ అంతర్జాతీయ క్రికెట్ లోకి ప్రవేశించక ముందు తరువాత అతని జీవన పోరాటాలను, క్రికెట్ లోకి ప్రవేశించిన తర్వాత బౌలింగ్ యాక్షన్ చుట్టూ 'కథనం' ఉంటుంది. ఈ కథను మురళీధరన్ పాత్ర పోషించిన 'స్లమ్ డాగ్ మిలీనియర్' నటుడు మధుర్ మిట్టల్ అన్ని తానే నడిపించడం అతడి లోని 'నటుడు 'ను ప్రేక్షకులకు గుర్తిస్తారు. '800'... స్పోర్ట్స్ డ్రామా చిత్రం. దర్శకుడు ఎం.ఎస్.శ్రీపతి ముత్తయ్య మురళీధరన్ క్రీడా జీవితం కంటే వ్యక్తిగత జీవితం పైన ఎక్కువ చిత్రాన్ని నడిపించాడు. దీనివలన రెండు భాగాలుగా ఉన్న (విశ్రాంతికి ముందు తర్వాత) చిత్రంలో ఎమోషనల్ లోతుగా ఉన్న సన్నివేశాలలోనూ, క్రీడాంశాల పరమైన నాటకీయత చిత్రణలోనూ సమతుల్యత కొరవడింది. ఇది స్క్రీన్ ప్లే లో స్పష్టంగానే తెలుస్తుంది. దర్శకుడు కథను ఎంపిక చేసుకునే సమయంలో కనిపించిన నైపుణ్యం

చిత్రీకరణగా వచ్చేసరికి మురళీధర్ అన్న కథ ప్రేక్షకులకు నచ్చాలి, వారు మెచ్చాలి అనే పాయింట్ నుంచి మురళీధరన్ కు నచ్చాలి అనే దశకు చేరుకున్నారేమోనని ప్రేక్షకులు అసహనానికి లోనవుతారు.

క్రీడాకారుని జీవితం చిత్రంగా వస్తుందని తెలిసిన దగ్గర నుంచి ఆ క్రీడాకారుణ్ణి ఆరాధించేవారు, అభిమానించే వారు కూడా అన్ని రకాల సోర్సెస్ ద్వారా ముందుగానే తెలుసుకొని ఉంటారు. వారు కొన్ని అంచనాలతో ఇటువంటి చిత్రాలకు 'థియేటర్స్' కు వస్తారు. ముత్తయ్య మురళీధర్ జీవితంలో ఎన్నెన్నో అసాధారణ, అనూహ్యమైన సంఘటనలున్నాయి. ఇవి దాదాపుగా దేశమంతటా అందరికీ తెలిసిందే. కానీ.. '800' చిత్రంలో వీటిని తగుపాళ్ళలో ప్రదర్శించే అవకాశం లేకపోయింది. వాటిలోని భావోద్వేగాలను ప్రేక్షకులు తమతో మమేకం చేసుకునే అవకాశం దర్శకుడు శ్రీపతి తడబడ్డారు. 'బయోపిక్'లకు తెలిసిన కథనాన్ని ఆస్వాదింప చేసే లక్షణం అవసరం. ప్రముఖుల వ్యక్తిత్వం వీటిలో 'ఆకర్షణీయంగా' ఆలోచనలకు తా విచ్చే విధంగా కథనం ఉండాలి. చిత్రీకరణలో కూడా సాఫీగా సాగిపోయే నైజం ఉండాలి. దర్శకుడిగా శ్రీపతికి ఈ విషయం 'అనుభవం' తక్కువనే విషయం ప్రేక్షకులకు అర్థమవుతుంది. ఏది ఏమైనా శ్రీపతి ఒక రిఫైన్డ్ బయోపిక్ ని రూపొందించడంలో ప్రసిద్ధ బౌలర్ ని గురించి చిత్రంగా తీసే ప్రయత్నం అభినందనీయం, సాహసం అనే చెప్పాలి.

చిత్రంలో మైనస్ పాయింట్స్ ను వదిలేస్తే దర్శక, నట, సాంకేతిక వర్గం ప్రతిభను ప్రదర్శించే అంశాలు ఎక్కువగా ఉన్నాయి. ముత్తయ్య పాత్రను ధరించిన మధుర మిట్టల్ నటన మురళీధరన్ ప్రేక్షకులకు కనుల ముందు పరిపూర్ణంగా ఆవిష్కరించడం కృతకృత్యుడయ్యాడు. అతని నుంచి ఆ విధమైన నటనను రాబట్టుకున్న దర్శకుడు విజయం సాధించాడు. ముఖ్యంగా మురళీధరన్ 'బౌలింగ్ యాక్షన్' వాస్తవికతను ఎంతో గొప్పగా అతడు ప్రదర్శించాడు. నాజర్ పాత్ర కూడా బావుంది. మిగిలిన పాత్రలు ధరించిన మహిమా నంబియార్, నారయిన్, శరత్ లోహిత స్వా తదితరులు తమ తమ పాత్రల పరిధి మేరకు బాగానే నటించారు. సినిమాటోగ్రఫీ నిర్వహించిన ఆర్డీ రాజశేఖర్ తన వంతు కర్తవ్యాన్ని సమర్ధవంతంగా నిర్వహించి ప్రేక్షకులకు చక్కని అనుభూతినిచ్చాడు. జిబ్రాన్ సంగీతం, ప్రవీణ్ కేఎల్ ఎడిటింగ్ మరింత మెరుగుగా ఉండాల్సింది. నిర్మాత వివేక రంగా చారి నిర్మాణ విలువలు బాగున్నాయి.

'800' చిత్రాన్ని మరింత మెరుగ్గా తీసి ఉండవచ్చు. కానీ ఉన్నంతలో పరిధి మేరకు ఫర్వాలేదనే చెప్పుకోవాలి. క్రీడాకారుల జీవితంలో తెలియని కోణాలు కన్నా తెలిసిన కోణాలే 'క్రీడల' ను ఆస్వాదించే అభిమానులు కోరుకుంటారు. ప్రస్తుతం 'ప్రపంచ కప్' క్రికెట్ నేపథ్యంలో గడిచిన కాలం నాటి ఆటగాళ్లు జీవిత 'చిత్రాలు' నేటి అభిమానులు తెలుసుకునే

అవకాశం ఇటువంటి చిత్రాలు వలన కలుగుతుంది. ఇటువంటి 'బయోపిక్' లు చిత్రీకరణలో దర్శకులకు తగిన అనుభవం లేకుంటే 'బయోపిక్'లుగా తయారవుతాయి. అందుకే ఏ చిత్ర పరిశ్రమ అయినా ఇటువంటి సాహస ప్రయోగాలు చేసేందుకు ముందడుగు వేయదు. దర్శక నిర్మాతలను ఈ విషయంలో అభినందించాలి.

భమిడిపాటి గౌరీశంకర్

9492858395

# కొత్త కలర్ లో పాత సీసా.... భగవంత్ కేసరి

తెలుగు సినిమా హీరోలకు ఒక శారీరక భాష, భాష, కల్చర్, మీటర్లను ఎనిమిది వత్సరాల క్రిందటే నిర్ణయించేశారు దర్శక నిర్మాతలు. ఈ సంప్రదాయం నేటికీ కొనసాగుతూనే ఉంది... సాగుతుంది కూడా... ప్రేక్షకులు కూడా ఈ వ్యవహారానికి అలవాటు పడిపోయారు. జూ. ఎన్టీఆర్, కళ్యాణ్ రామ్, బాలకృష్ణ, నాగార్జున, వెంకటేష్ ఇలా ఒక్కొక్క హీరోకు ఒక్కొక్క తరహా 'చిత్ర కథలు' మాత్రమే సరిపోతాయని 'ఫిక్స్' అయిపోయారు జనం. ఆ అల వరసలోనే సినిమాలు తీస్తారు. దర్శకుడెవరైనా 'చిత్రం' మాత్రం ఆ హీరోకు తగిన వ్యాపార సూత్రాలకనుగుణంగా నడుస్తుంది. నచ్చితే హిట్, నచ్చకపోతే ఫట్. ఇక్కడ మాత్రం కథానాయకుని చరిష్మా పనిచేయదు. ప్రేక్షకుల అభిరుచి మాత్రమే కనిపిస్తుంది. ఈ కోవలోనే బాలకృష్ణ సినిమా 'భగవంత్ కేసరి' విడుదలైంది. ఊర మాస్, సెంటిమెంట్ కథలు మనకు (ముఖ్యంగా బాలకృష్ణకు) కొత్త కాదు. కాకుంటే గెటప్ లు హీరో మారుతాయి. ఓ అరగంట క్రిస్పీగా సాగుతుంది. అనంతరం కథ పుంజాలు పగ్గాలు తెంపుకొని 'కథానాయకుని కత్తి' రాటుకు బలవుతుంది. భగవంత్ కేసరి కథ అసలు సిసలు బాలయ్యకు సరిపోయిన కథ. అనిల్ రావిపూడి దర్శకుడు అనగానే హాస్యం, క్రొత్తరకమైన కథనం వంటివి ప్రేక్షకులు ఆశిస్తున్నారు. నాటి 'పటాస్' నుంచి తీసిన నాలుగు చిత్రాలు ఆయన అదే పంథాలో తీసి విజయవంతమైన చిత్రాల దర్శకుడుగా పేరు తెచ్చుకున్నారు. బాలయ్య, శ్రీలీల, కాజల్, అర్జున్ రాంపాల్ వంటి వారితో అనిల్ రావిపూడి ఈ కొత్త కలర్ పాత సీసాను ప్రేక్షకులకు అందించి ఎంతవరకు విజయం సాధించారో రాబోయే రోజులు నిర్ణయిస్తాయి. ఈ చిత్రంతో పాటు విడుదలైన 'లియో' 'టైగర్ నాగేశ్వరరావు' చిత్రాల హవా ఎంతవరకనేది కూడా చూడాలి.

కథానాయకునిగా బాలకృష్ణ అనుకున్న తర్వాత 'సాల్ట్ అండ్ పెప్పర్' లుక్ ప్రేక్షకులు ఊహించుకుంటారు. ముఖ్యంగా ఆయన అభిమానులు. కేసరిలో కూడా ఆయనది ఇదే లుక్. ఓ బిడ్డ కోసం తండ్రి పడే ఆవేదన, తపనలను ఆర్ద్రతతో బాలయ్య తన అనుభవంతో సునాయాసంగానే చేశాడు. శ్రీలీలతో ఆయన సన్నివేశాలను చిత్రించిన విధానం 'సెంటిమెంట్' బాగానే పండింది. దర్శకుడు ఎక్కడ జాగ్రత్తగానే వ్యవహరించాడు. అలాగని బాలకృష్ణ మార్కు ఊర మాస్ సన్నివేశాలను వదల్లేదు. సీ.ఎం అయినా పీ.ఎం అయినా, ఎంతమంది జనం తన మీదకి వచ్చినా వారిని కండకో ముక్కగా నరికే ( బి. గోపాల్) మార్కు

సన్నివేశాలలో కూడా బాలకృష్ణను అనిల్ అంతగానే చూపించారు. ఈ సన్నివేశాలు ఇటువంటి సినిమాలకవసరం. ఇంతవరకు చూసిన బాలకృష్ణ చిత్రాలు కన్నా ఈ చిత్రంలో ఆయన కొత్తగా ప్రయత్నించారు. ఇది ఒక విధంగా బాగుంది కూడా.

అనిల్ రావిపూడి స్క్రీన్ ప్లే ఒక విధమైన అస్పష్టతతో ప్రారంభమై క్రమేపి స్పష్టత దిశగా వెళుతుంది. ప్రారంభం నుంచి ఓ అరగంట వరకు సినిమాను బాగానే నడిపిస్తారు. తర్వాత నుంచి హీరో ఎలివేషన్స్ ప్రారంభమవుతాయి. 'కేసరి' కూడా ఇందుకు మినహాయింపు కాదు. 'కథ' నువ్వు పెద్దగా అనుకోవడం దర్శకుడు పంథా కాదు. హాస్యం, సెంటిమెంట్లతో చిత్రాన్ని ముగించడం, చక్కని సంగీతం, కొన్ని పాటలు ఇవే అనిల్ చిత్రానువాదం యొక్క గమన సూత్రాలు. ఈ చిత్రంలో ఇవన్నీ ఉన్నాయి. అలాగని ఇదో కొత్త తరహా చిత్రం కాదు. బాలకృష్ణతో అనిల్ చేసిన ఓ ప్రయత్నం మాత్రమే! కథగా చిత్రంలో చెప్పుకోదగ్గ అంశాలు లేవు. భగవంత్ కేసరి (బాలకృష్ణ) ఒక పెద్ద నేరం చేసి జైలు శిక్ష అనుభవిస్తుంటాడు. తన తల్లి చనిపోయే ముందు జైలర్ (శరత్ కుమార్) అవకాశం కల్పిస్తాడు. అందుకు కృతజ్ఞతగా అతను మరణించాక కూతురు విజ్జు (శ్రీ లీల) బాధ్యతను 'కేసరి' తీసుకుంటాడు. కానీ తండ్రి మరణం 'విజ్జు'లో ఒక విధమైన 'ఫోబియో'ను క్రియేట్ చేస్తుంది. ఒక అబ్బాయి ప్రేమలో పడి 'కేసరి'ని దూరం పెడుతుంది. ఈ సమయంలో ఆమె ఓ పెద్ద అపాయంలో చిక్కుకుంటుంది. ప్రాణానికి అపాయం కొని తెచ్చుకుంటుంది. భగవంత్ కేసరి ఆమెను ఎలా ఆదుకున్నాడు. అందుకు ఏమి చేశాడనేది చిత్రం. ఇటువంటి కథలు ఎన్నో... ఎన్నెన్నో తెలుగు ప్రేక్షకుడు చూసేశాడు.

"అయినా కథలు ఎక్కడున్నాయి కనుక. ఉన్న వాటినే అటు, ఇటు తిప్పి దుస్తులు మార్చి తీసుకోవడమే"నని చక్రపాణి గారు ఆనాడేనాడో చెప్పినా ఇది వాస్తవం. ఈ చిత్ర కథ కూడా అంతే. కాకుంటే స్క్రీన్ ప్లే లో అనిల్ రావిపూడి తీసుకున్న జాగ్రత్తలు, బాలకృష్ణ అనుభవంతో చేసిన నటన, స్టైలిష్ విలన్ గా రాంపాల్ పెర్ ఫార్మెన్స్ వంటివి సినిమాను చూడగలిగేటట్టు చేశాయి అనవచ్చు.

నాటి నుంచి నేటి వరకు మన కథానాయకులకు సరైన 'విలన్' ల నుంచి పోటీ తక్కువ. వారు 'సవాల్' విసరలేరు. బాలకృష్ణ వంటి మాస్ హీరోలకు విలన్ సమఉజ్జీ కావాలి. లేకుంటే పాత్రలు తేలిపోతాయి. బోయపాటి, బి. గోపాల్, రాఘవేంద్రరావు, కోడి రామకృష్ణ వంటి వారు గతంలోనూ కూడా బాలకృష్ణతో తీస్తున్న సినిమాలలో 'విలన్' కాస్త గట్టిగానే సవాలు విసిరే పద్ధతులను అనుసరించారు. కానీ 'కేసరి'లో ప్రతి నాయకుడు కథానాయకుని కి ఏ స్థాయిలోని సరైన పోటీ లేకపోవడం చేత చాలా వరకు సన్నివేశాలు 'లయ' తప్పినట్టుగా ఉంటాయి. ఈ చిత్ర కథలో మలుపులున్నాయని ప్రేక్షకులకు ముందుగా కలిగించే విధంగా

సన్నివేశాలకు అల్లుకున్నారు. ఇది బాగుంది. కానీ... క్రమేపి సినిమా మీదున్న మంచి అభిప్రాయం మారుతుంది. ఇదో తండ్రి కూతుళ్ల కథ. చక్కని డ్రామా, సెంటిమెంట్ కు ప్రాధాన్యత ఉన్న కథ. బాలకృష్ణ, శ్రీ లీలలు కూడా ఆ ఫ్లేవర్ ను బాగానే అర్థం చేసుకుని నటించారు. శ్రీ లీల 'విజ్జు' పాత్రలో బాగానే నటించింది. తొలిసారిగా ఆమె నటనను ఈ చిత్రంలో చూడొచ్చు. విశ్రాంతి ముందు సన్నివేశాలు కేవలం మాటలతో విలన్' ను తన కాళ్ల దగ్గరికి తెచ్చుకునే సన్నివేశాలు 'క్రిస్పీ'గా ఉన్నాయి. దర్శకుడు జాగ్రత్తగానే 'బాలయ్య' ను డీల్ చేశాడు. సినిమా ముగింపు సన్నివేశాలు ఓ. కె.

సాంకేతిక నిపుణులు పరంగా దర్శకుడు చిత్రానికి అవసరమైన మేరకు వాడుకున్నాడు. బాలకృష్ణ, శ్రీలీల, కాజల్, రవిశంకర్, రాంపాల్, శరత్ కుమార్లు తమ పాత్రలు పరిధి మేరకు నటించారు. తమన్ సంగీతం ఒక మాస్ మూవీకి ఎంతవరకు కావాలో అంతవరకు ఇచ్చాడు. 'థీం' సాంగు ఊపుగానే ఉంటుంది. 'ఉయ్యాలో ఉయ్యాల' పాట ఓకే. నేపథ్య సంగీతము కాస్త కొత్తగా ఉంటే బాగుండేది. కొన్ని సన్నివేశాలలో 'సౌండ్స్' గతంలో విన్నవే అనిపిస్తాయి. రాంప్రసాద్ కెమెరా కూడా సినిమాకు కావలసిన ప్రయోజనాన్ని అందించింది. దర్శకుడు ఆశించిన విధంగా బాలయ్యను కొత్తగా చూపించడంలో అతని నిపుణత బాగానే కనిపిస్తుంది. విజువల్స్ బాగున్నాయి. రచయితగా అనిల్ రావిపూడి బాలకృష్ణ శరీర భాషకు తగిన 'పంచ్' డైలాగులను బాగానే రాసుకున్నాడు. అవి పేలాయి కూడా. 'లాజిక్ లు వదిలి మ్యాజిక్ మాత్రమే అవసరమని' త్రివిక్రమ్ డైలాగ్. ఈ చిత్రంలో కూడా అదే కనిపిస్తుంది.

భగవంత్ కేసరి బాలకృష్ణను ఓ కొత్త తరహా 'మాస్' పాత్రలో చూపించిన చిత్రం. దర్శక రచయిత అనిల్ రావిపూడి చిత్రాన్ని ఫర్వాలేదనే స్థాయిలోనే తీశాడు. నిర్మాతలు నిర్మాణ విషయంలో రాజీ పడలేదు. నటీనటులు, సాంకేతిక నిపుణులు ఇలా ఎవరికి వారు తమ అవుట్ పుట్ నిచ్చారు. కాకుంటే కొత్త సీసాకు 'కలర్' వేసిన చిత్రంగా, దసరా పండుగకు 'మాస్ 'కు కాలక్షేపంగా 'భగవంత్ కేసరి' ఉందనటం వాస్తవం.

భమిడిపాటి గౌరీశంకర్<br>(9492858395)

# ఏవి బాలల చిత్రాలు

"ప్రణాళిక బద్ధంగా తీయగలిగితే బాలల చిత్రాలు నిర్మాతకు లాభాలనార్జించి పెడతాయి. పెద్ద నటీనటులు కన్నా అద్భుతంగా ఒక్కొక్కసారి బాల నటులు సన్నివేశానికి తగిన విధంగా నటిస్తారు" అనేవారు ప్రముఖ పౌరాణిక దర్శక దిగ్గజం కమలాకర కామేశ్వరరావు. ఆయన తీసిన 'బాల భారతం', 'యశోద కృష్ణ' వంటి చిత్రాలు ఇందుకు ఉదాహరణగా చెప్పుకోవచ్చు. బాలల చిత్రాలకు జాతీయ స్థాయి పురస్కారాలు వచ్చాయి. 'పాపం పసివాడు' వంటి చిత్రాలు 'న భూతో..' అనేటటువంటి రికార్డు స్థాయి వసూళ్లను రాబట్టాయి. మరి నేడెందుకు బాలల చిత్రాలు రావడం లేదు. 'బాల రామాయణం' 'అంజలి' 'అమృత' 'లిటిల్ సోల్జర్స్' వంటి కొన్ని ప్రయోగాత్మక చిత్రాలు వచ్చాయి. కానీ... ఆ చిత్రాల ఫలితాలు ఆశాజనకంగా లేకపోవడం చేత నిర్మాతలు ఆ దిశగా ప్రయత్నాలు చేయలేదు. బాపు, రమణలు 'బాలరాజు కథ'ను తీశారు. ఆ తరువాత 'బాలమిత్రుల కథ' (గున్న మామిడి కొమ్మమీద అనే పాట) వచ్చింది. మంచి విజయాలు అందుకున్నాయి. అత్యధిక పారితోషికం తీసుకునే 'బాల నటులు' ఆనాటి చిత్ర సీమ లో ఉండేవారు. మాస్టారు రాము, బేబీ రాణి, శ్రీదేవి వంటి వారు ఇందుకు ఉదాహరణగా చెప్పుకోవచ్చు. శ్రీదేవి, కమల్ హాసన్, నాగరాజు, రేఖ, నాగార్జున వంటి వారు బాల నటులుగా చిత్రరంగంలో ప్రవేశించి తర్వాత కాలంలో గొప్ప నటులుగా కీర్తిని పొందారు. ఇది చరిత్ర.

ఇప్పుడు బాలల చిత్రాలు గురించిన చర్చ వెనుక ఒక విశేషం ఉంది. ఈ మధ్య కాలంలో ప్రముఖ నిర్మాత దిల్ రాజు 'లిల్లీ' అనే పాన్ ఇండియా సినిమా ట్రైలర్ ను విడుదల చేశారు. 'సిసింద్రీ' పంపిణీ తరువాత ఈ చిత్రం పైన కూడా నాకు ఇష్టమేర్పడిందని ఆయన అన్నారు. బాలల చిత్రాలు నిర్మాణం చేయాలని ఆ ప్రెస్ మీట్ లో దర్శకుడు శివం అనటం గమనించదగ్గది. గోపురం స్టూడియోస్ పతాకంపై కె.బాబు రెడ్డి, జి. సతీష్ కుమార్ లు నిర్మించారు. 'నేహ' ప్రధాన పాత్ర గల ఈ బాలల చిత్రం తర్వాత మరిన్ని బాలల చిత్రాలు రావాలనేది ఈ సమీక్ష ఆంతర్యం. బాలల చిత్రాలు ప్రారంభానికి ఆరున్నర దశాబ్దాలు చరిత్ర ఉంది. 1958లో పూర్తి రంగులతో లలితా శివ జ్యోతి వారు 'లవకుశ 'ను ప్రారంభించారు. కానీ సుదీర్ఘమైన అవాంతరాల నడుమ 1963 లో విడుదలై చరిత్ర సృష్టించింది. ఇందులో లవకుశలుగా నాగరాజు,సుబ్రహ్మణ్యం నటించారు. ఈ చిత్రం ఓ చరిత్రగా మిగిలింది. దీని

తర్వాత 1966లో 'లేత మనసులు' ను ఏ.వీ.ఎం. వారు తీశారు. బేబీ పద్మిని చేసిన ద్వి పాత్రాభినయం అద్భుతం. 'పిల్లలు దేవుడు చల్లనివారే', 'కోడి ఒక కోనలో' అంటూ పద్మిని నటించిన పాటలు ఆనాడే కాదు, ఈనాడు ఆనందింపజేస్తాయి. 1968లో స్టంట్ మాస్టర్ సాంబశివరావు కుమార్తె బేబీ రాణి నటించిన 'పాపకోసం' లో నటించి జాతీయ స్థాయిలో ఉత్తమ 'బాల నటి' పురస్కారంను పొందింది. 1967లో ఏ.వీ.ఎం. రంగుల్లో చిత్రించిన చిత్రం 'భక్త ప్రహ్లాద'. రోజారమణి ప్రహ్లాదుడిగా నటించారు. ఎస్.వి.రంగారావు, అంజలీదేవి వంటి దిగ్గజాల సరసన మెడలో పామును ధరించి ధైర్యంగా ఆమె నటించిన తీరుకు ఎవరైనా ముగ్ధులు కావాల్సిందే. సుశీల పద్యాలకు, పోతన భాషకు ఆ చిన్న పాప పలికించిన భావాలు మరపురానివి. 1970లో మాస్టర్ ప్రభాకర్ ప్రధాన పాత్రలో బాపు దర్శకత్వంలో 'బాలరాజు కథ' నిర్మాతలకు కనక వర్షం కురిపించింది. ప్రభాకర్ నటన, మహదేవన్ సంగీతం, ఆరుద్ర రచించిన 'మహాబలిపురం..' అనేటటువంటి పాటలు 'బాలరాజు కథ'ను నిలబెట్టేశాయి. 1973లో మాస్టర్ దేవానంద్, మాస్టర్ సురేంద్ర ప్రధాన పాత్రలుగా జగ్గయ్య, నాగభూషణం, రాజబాబు వంటి వారితో 'బాలమిత్రుల కథ' విడుదలైంది. 'గున్న మామిడి కొమ్మమీద' అనే గీతం నేటికీ అజరామరం. 1972 లో వీనస్. మహిజ వారు కమలాకర కామేశ్వరరావు దర్శకత్వంలో 'బాలభారతం' చిత్రం నిర్మించారు. గుమ్మడి, ఎస్. వి. ఆర్., అంజలి, కాంతారావు, హరినాథ్ వంటి ఉద్దండులైన నటుల మధ్య 'బాలలు' అద్భుతంగా నటించి చిత్రాన్ని 'ఓ చరిత్ర'గా మిగిల్చారు. 'నారాయణ నీ లీల నవ రసభరితం', 'మానవుడే మహనీయుడు' వంటి పాటలు నేటికీ స్ఫూర్తి మంత్రాలు గానే వినిపిస్తాయి. 'బాల భారతం' తర్వాత సేమ్ యూనిట్ తో తయారైన చిత్రం 'యశోదకృష్ణ'. 1975 లో విడుదలైంది. కానీ... నిర్మాతలకు నిరాశను మిగిల్చింది. ఈ సినిమాలో బాలకృష్ణుడుగా బేబీ డాలి, బేబీ రోహిణి, బేబీ శ్రీదేవిలు నటించారు. ఆ తర్వాత కాలంలో వీరంతా మంచి నటులుగా ఎన్నో చిత్రాలు నటించారు. ముఖ్యంగా శ్రీదేవి గురించి ఎంత చెప్పుకున్నా తక్కువే. 'బడి పంతులు' చిత్రంలో ఎన్టీఆర్ మనవరాలుగా ఆమె చేసిన అల్లరి, 'బూచాడమ్మా బూచాడు' అనే పాటకు ఆమె అభినయం మరువలేనివి. తర్వాత కాలంలో 'వేటగాడు' లో ఎన్టీఆర్ జోడిగా ఆమె చేసిన 'నయగారాలు' మరుపుకురానివే..! అసలు పెద్దవాళ్లే లేకుండా తీసిన సినిమాలుగా 'భక్త ధ్రువ మార్కండేయ'(1982), 'బాల రామాయణం' (1996), 'బాలానందం'(1954), 'పిల్లలు తెచ్చిన చల్లని రాజ్యం' (1960), జూ. ఎన్టీఆర్ నటించిన 'బాల రామాయణంను దర్శకుడు గుణశేఖర్ నిజం గా దృశ్య కావ్యం గానే మలిచారు. సీతగా నటించిన 'స్మితా మాధవ్' చక్కని అభినయంను ప్రదర్శించింది. 1972లో మాస్టర్ రాము ప్రధాన పాత్రలో సి. రామచంద్రరావు దర్శకత్వంలో విడుదలైన 'పాపం పసివాడు' చరిత్ర సృష్టించింది. థార్ ఎడారి లాంటి

ప్రాంతంలో చిత్రించిన ఈ చిత్రంలో 'అమ్మ చూడాలి.. నిన్ను నాన్నని చూడాలి..' అనే సుశీల గీతం, 'అయ్యో పాపం పసివాడు' అనే ఘంటసాల ఆర్ద్ర గీతం ఆనాటి ప్రేక్షకులను మైమరిపింపచేసాయి.

బాలల చిత్రాలు కాకపోయినా 'బాలలు' ప్రధాన పాత్రలుగా కలిగిన సినిమాలలో 1954లో బి.ఏ.ఎస్ వారు తీసిన 'రాజు–పేద' (ఈ చిత్ర సమీక్ష ఇదే పేజీలో వచ్చింది) చిత్రంలో మాస్టర్ సుధాకర్ ద్వి పాత్రాభినయం చేసి అబ్బురపరిచాడు. రేలంగి, ఎన్టీఆర్ వంటి నటులు ఇందులో నటించారు. సుధాకర్ నటనే ఈ చిత్రానికి హైలెట్ అని ఆనాటి విమర్శకులు చెప్పుకున్నారు. 'రాము', 'మూగనోము', 'శ్రీ కృష్ణావతారం', 'తల్లా? పెళ్లామా?' వంటి చిత్రాల జాబితా కూడా పెద్దదే... విజయనిర్మల, శ్రీదేవి, రేఖ, రోజా రమణి, బాల నటులుగా వచ్చి ప్రసిద్ధ నటీమణులుగా ఎదిగారు. ఇక్కడ గమనించదగ్గ అంశం ఏమిటంటే జయసుధ తల్లి 'జోగాబాయి' 'బాలానందం' శీర్షిక క్రింద తీసిన 'బూరెల మూకుడు', 'రాజయోగం', 'కొంటె కృష్ణయ్య' అనే గంట నిడివి చిత్రాలలో నటించారు. బేబీ జోగాబాయి గా ఆమె ఆనాడు సుపరిచితులు. ప్రముఖ నాటి హాస్యనటుడు రేలంగి కొడుకు రేలంగి సత్యానారాయణ కూడా ఈ చిత్రాల్లో నటించడం విశేషం. లతా మంగేష్కర్ తొలిసారిగా పాడిన 'నిదురపోరా తమ్ముడా' అనే పాటకు గొప్పగా హావభావ ప్రకటన చేసినది 'తుర్లపాటి విజయలక్ష్మి'. ఈమె సహితం తరువాత చాలా సినిమాల్లో నటించారు.

బాలల చిత్రాలు, బాలలు గొప్పగా నటించిన చిత్రాలు తెలుగు చలన చిత్ర పరిశ్రమ స్వర్ణోత్సవ ప్రస్థానంలో తమకంటూ ఓ మైలురాయిని ఏర్పాటు చేసుకున్నాయి. కానీ గడిచిన మూడు దశాబ్దాల కాలంలో ఒకటి, అర తప్ప గొప్ప బాలల చిత్రాలు రాలేదు. 'లిలీ' మరల ఆ దిశగా దర్శక నిర్మాతలకు ప్రేరణ ఇస్తుందేమో చూడాలి.

**భమిడిపాటి గౌరీశంకర్**

**9492858395**

# 'సాంకేతికత' నిండిన 'ఆది పురుష్'

సాంకేతికత కథను నడిపిస్తే అటువంటి చిత్రానికి దర్శకుడు అవసరం పెద్దగా ఉండదు. అందుకు అనుగుణమైన సీన్స్ రాసుకునే రైటర్ ఉంటే చాలు. దర్శక సృజన కన్నా సాంకేతికత మిన్న. ఆయన చిత్రాల్లో మానవ సంబంధాలు ఉండవని రవి కాంత్ నగయిచ్ గారు నాలుగు దశాబ్దాల క్రితం చెప్పారు. ఇది ఈనాటి 'ఆది పురుష్'కు ఖచ్చితంగా సరిపోతుంది. అందరికీ తెలిసిన 'రామాయణం' కథ వనవాసం నుంచి ప్రారంభించి రావణ వధ వరకు సినిమా నడుస్తుంది. ప్రతి ఫ్రేమ్ ను సాంకేతిక నిపుణులు సొంతం చేసుకున్నారు. నేటి తరానికి రామాయణం గొప్పతనం చెప్పాలనుకున్నారు. కానీ విఎఫ్ఎక్స్ విభాగం యొక్క పనితనాన్ని చక్కగా ఆవిష్కరించారు. రాముడు (ప్రభాస్), సీత ( కృతి సనన్) , శేషు( లక్ష్మణుడు- సన్నీ సింగ్) లు కలిసి సత్యం, ధర్మంల కోసం వనవాసం కొనసాగిస్తారు. శూర్పణఖ మాటలు విని లంకేష్( సైఫ్ అలీ ఖాన్) జానకిని అపహరిస్తాడు. కథ క్లుప్తంగా ఇది. రామాయణం తెలియని భారతీయుడు లేడు. నాటి 'సీతారామ జననం' నుంచి నేటి 'ఆది పురుష్' వరకు డజన్ల కొద్దీ సినిమాలు వచ్చాయి. 'లవకుశ', 'సంపూర్ణ రామాయణం', 'సీతా కళ్యాణం', (బాల) రామాయణం వంటివి జనాదరణ పొందాయి. అంతర్జాతీయ పురస్కారాలు అందుకున్నాయి. 'రామాయణం'లో మానవ సంబంధాలు, ఆత్మీయతలు, భావోద్వేగాలు ఎన్నో ఉన్నాయి. అవన్నీ లేనిదే 'ఆది పురుష్' చిత్రం. దర్శకుడు తనదైన బాణీలో సినిమా నిర్మించాడు. ఇందుకోసం ఓ యానిమేట్ హిందీ రాముని సృష్టించుకున్నాడు. ఉత్తరాది వారి రామ నామ సెంటిమెంట్ ను లాభాలుగా మార్చుకోవాలని నిర్మాత, దర్శకుల అంచనాలు. ఒక సీటు 'హనుమ' కోసం థియేటర్లలో కేటాయిస్తామన్నారు(?). చాలా ప్రదేశాలలో రెండు వాటి నుంచే చాలా సీట్లు ఖాళీగా ఉంచేశారు. ప్రభాస్ నటించిన హిందీ చిత్రంగా దీనిని కొందరు అభిమానులు గొప్పగా చెప్పుకుంటున్నారు. విపరీతమైన ప్రచారం, 500 కోట్ల ఖర్చుతో 'క్రేజ్' ను సొంతం చేసుకుని విడుదలైన ఈ చిత్రం ఏ విధంగా ముందుకు వెళుతుందో లాభాలు తెచ్చి పెడుతుందో చూడాలి.

'రామాయణం' ప్రతి భారతీయుల మదిలో ఓ ఆదర్శాల మూటగా దాగి ఉంది. తమ జీవితాలలో రాముణ్ణి మమేకం చేసుకున్నారు. ఈ సెంటిమెంట్ ను నిర్మాత , దర్శకులు తమ వ్యాపార సూత్రం గా మలుచుకునే ప్రయత్నం చేశారు. యువత వారి ప్రధాన వ్యాపార వనరు.

కావున వారికోసం 3D హంగులద్దారు. సేతు నిర్మాణం, సుదీర్ఘంగా చిత్రించిన రామ రావణ యుద్ధం, బంగారు లేడి, వనవాస సమయంలో ప్రకృతి దృశ్యాలు.... ఇలా ఒకటేమిటి మొత్తం సెల్యూలాయిడ్ ను గ్రాఫిక్స్ తో నింపేశారు. రాముడికి మీసాలు పెట్టారు. పది తలలు వరుసగా కాకుండా ఐదు ముందుకు, వాటి వెనుక మరో 5 ఉంచారు. (ఇది బహుశా ఓం రౌత్ 'రామాయణం' అనుకోవాలి) వాలి-సుగ్రీవుల యుద్ధం, సీతాపహరణం (ఇదే రామాయణంలో బహుశా 'ఆరుద్ర' గారు కూడా చెప్పలేదు అనుకుంటా) ఇలా ప్రతి సన్నివేశాన్ని ఓ మార్కెట్ సరుకుగా ట్రెండీగా చిత్రించారు. వాల్మీకి రామాయణానికి ముందే ప్రామాణికమైన అంశాలు గురించి తెలుసుకోవాలంటే వాల్మీకి రామాయణం గురించి పండితుల్ని సాహిత్య కారులని సంప్రదించమని ఓ సలహా కూడా చెప్పారు. చిత్రంలో నటీనటుల నటనను ఆహార్యం, ఎఫెక్ట్స్ విభాగాలు మరుగున పడేశాయి.

మొత్తం సినిమాలో అజయ్ - అతుల్ ద్వయం సంగీతం, సంచిత్, అంకిత్ జంట అందించిన నేపథ్య సంగీతం, విజువల్ మాయాజాలం, ప్రొడక్షన్ డిజైన్ విభాగాలు అత్యుత్తమంగా పని చేశాయి. చిత్రాన్ని మూడు గంటలు కొన'సాగే' విధంగా తీశారు. ప్రభాస్, సన్నీ సింగ్, కృతి సనన్ , సైఫ్ అలీ ఖాన్, దేవ దత్ తదితరులంతా హిందీ వారే. ప్రభాస్ తప్పా...! మరో విచిత్రం ఏమిటంటే హిందీ భాషా సంభాషణలకు తెలుగు సంభాషణలు సింక్ కాకపోవడం.

రామాయణంలోని ప్రతి అంశం లోని ఓ తాత్వికత, ధర్మ నిరతి, మానవ సంబంధాలలోని మృదువైన ఆత్మీయతల అల్లిక, భార్యాభర్తల మధ్య ఏకాంతమైన రహస్య శరీర భాష వంటివి ఉన్నాయి. ఇవి అత్యంత సున్నితమైనవిగా , లోతైన ఘాడత కలిగిన భావోద్వేగాలతో వాల్మీకి చిత్రించిన విధం రామాయణాన్ని చిరంజీవిగా నిలిపింది. వర్తమానంలో ఈ అంశాలన్నింటిలో ప్రతి ఒక్కరూ ఆర్థిక సంబంధాల దృష్టిని అన్వేషించడం సాధారణమైపోయింది. చిత్రసీమలో ఇది ఎక్కువగా ఉందని చెప్పేందుకు వచ్చిన 'రామాయణ' చిత్రాలు ఉదాహరణ. 'ఆది పురుష్' పరాకాష్ట. ఇక పైన గొప్ప సాంకేతిక నిపుణతతో మన ఇతిహాసాల్ని నాలుగైదు సంవత్సరాలు ఘనంగా చిత్రించి, కోట్లాది రూపాయలు వెచ్చించి, తెలుగు భాషను, తెలుగు నటులను నామమాత్రంగా ఉంచి 'పాన్ ఇండియా' చిత్రాలు వచ్చినా ఆశ్చర్యపడనవసరం లేదు. అయితే వాటి 'ట్యాగ్' లైన్ ఏమిటంటే 'నేటి తరానికి వారికి నచ్చిన విధంగా' చిత్రం నిర్మించడం.

మరి నేటి తరం వారే... యువతే... ట్రోల్ చేస్తున్న విషయం మరిచిపోతే ఎలా..? మన దేశంలోని యువతకు వారికి ఏమి కావాలో వారికి స్పష్టంగా తెలుసు. తామేమి గొప్ప 'మార్కెట్ సరుకులము' కాదని వారికి తెలుసు. కనుకనే 'బలగం', 'విమానం', '2018' వంటి చిత్రాలను

ఆదరిస్తున్నారు. కోట్లు ఖర్చు చేసి 'స్టార్స్'ని నమ్ముకుని తీసిన చిత్రాలను యువత ఎంత మేరకు ఆదరించారో... అందరికీ తెలిసినదే...

భమిడిపాటి గౌరీ శంకర్

**9492858395**

# నేటికీ వన్నె తగ్గని రైతు బిడ్డ

గూడవల్లి రామబ్రహ్మం దర్శకత్వం వహించిన సారధి ఫిలింస్ 1939లో నిర్మించిన చిత్రం "రైతుబిడ్డ". ఈ చిత్రానికి ఎన్నో ప్రత్యేకతలు ఉన్నాయి. సినిమాలు సమాజ ప్రతిబింబాలని, ప్రజల సమస్యలకు పరిష్కారం చూపే విధంగా వారిని చైతన్య పరిచే క్రమంలో "మాలపిల్ల" "గృహలక్ష్మి" "వందేమాతరం" "పల్లెటూరు" "రైతుబిడ్డ" వంటి చిత్రాలు నిర్మించారు ఆనాటి దర్శక నిర్మాతలు. ఈ కోవలో ముందుండే దర్శకుడు రామబ్రహ్మం. వెనుకబడిన అభ్యున్నతి పై అద్భుతమైన చిత్రంగా చరిత్ర సృష్టించిన "మాలపిల్ల" తరువాత ఆయన నిర్మించిన చిత్రం ఇది. రైతులపై జమీందారులు చేస్తున్న దౌర్జన్యాలపై రైతు సంఘం చేసిన తిరుగుబాటుని కథగా మలుచుకొని "రైతుబిడ్డ" సినిమాను తీశారు గూడవల్లి. ఇక్కడ విశేషమేమిటంటే ఈ చిత్రాన్ని ప్రమోట్ చేసినది ప్రగతిశీల భావాలు కలిగిన జమిందారు చల్లపల్లి రాజా శ్రీమంతుడు యార్లగడ్డ శివరామ ప్రసాద్. ఈ సినిమాకు 1939 ఆగస్టు 27న సెన్సార్ బోర్డు సర్టిఫికెట్ ఇచ్చింది. ఆ సంవత్సరమే విడుదల చేశారు. నిర్మాతగా వ్యవహరించిన శివరామ ప్రసాద్ గారి స్వస్థలమైన కృష్ణా జిల్లాలోనే ఈ చిత్రాన్ని నిషేధించారు. ఇందుకు కారణం అప్పటి వెంకటగిరి జమీందారులు. సినిమా ప్రింట్‌లను కూడా తగులబెట్టారు. దీని వెనుక బోలెడంత కథ జరిగింది. అదో రామాయణమంత రాజకీయ చదరంగం.

"రైతు బిడ్డ" కథ నాటికి నేటికి కూడా నిత్య నూతనమే. నాగపురం నేపథ్యంగా కథ కొనసాగుతుంది. రామిరెడ్డి అనే రైతు (కొసరాజు) రైతుల తరపున ఎన్నికల్లో పోటీ చేస్తాడు. శక్తిమంతమైన జమిందారు (గిడుగు సీతాపతి) వెంకయ్యను తన అభ్యర్థిగా నిలబెడతాడు. రైతు నాయకుడు నర్సిరెడ్డిని జమీందారు అభ్యర్థికి మద్దతు ఇమ్మని కరణం, మునసబులు రాయబారం నడుపుతారు. కానీ నర్సిరెడ్డి రైతుబిడ్డ అయిన రామిరెడ్డికే తన మద్దతుని ప్రకటిస్తాడు. వీరి మధ్య జరిగిన గొడవల యొక్క పర్యవసానం ఏమిటి? రామిరెడ్డి గెలిచాడా లేదా అనేవి చిత్రంలో చూడాలి. రైతు సంస్కరణోద్యమానికి ఈ చిత్రం ఎంతో ప్రాధాన్యతనిచ్చింది. "జమీందారీ బిల్లు" రావడానికి ఎంతో కాలం ముందే ఆ అంశాన్ని ఈ చిత్రంలో చర్చించారు. చిత్రాలు ప్రజల పైన ప్రభావం చూపుతాయనడానికి రైతుబిడ్డ ఉదాహరణ. రామబ్రహ్మం గారి "మాలపిల్ల" చిత్రం సామాజిక దుమారాన్ని లేపింది. "రైతు బిడ్డ" అంతకు మించిన చైతన్యాన్ని తీసుకువచ్చింది. కొసరాజు రాఘవయ్య చౌదరి

తొలిసారిగా పాటలు రచించిన చిత్రమిదే. ఓ ముఖ్యమైన పాత్రలో ఆయన నటించారు, మెప్పించారు. ఆనాటి రంగస్థలంపై తనదంటూ ముద్రను వేసిన బళ్లారి రాఘవ (నర్సిరెడ్డి పాత్ర) ఓ ముఖ్యమైన పాత్రను ధరించారు. ఈ చిత్రానికి మాటలు గోపీచంద్ రాశారు. సంగీతం భీమవరపు నరసింహారావు నిర్వహించారు. పాటలను బసవరాజు అప్పారావు, కొసరాజు, నెల్లూరు వెంకట రామ నాయుడు రచించారు. వేదాంతం రాఘవయ్య (దేవదాసు, అనార్కలీ చిత్రాల దర్శకుడు) కూచిపూడి నృత్యానికి కొరియోగ్రాఫర్ గా వ్యవహరించారు. ప్రారంభంలో ఆయన మంచి శాస్త్రీయ నృత్య కళాకారులు. సంగీత దర్శకత్వం చేసిన భీమవరపు ముఖ్య పాత్రను పోషించారు. ఇలా ఈ చిత్రంలో ఎన్నెన్నో ప్రయోగాలు చేసి ఆర్థిక విజయాన్ని సాధించారు గూడవల్లి రామబ్రహ్మం.

8 దశాబ్దాల తర్వాత ఈ చిత్రం గురించి ఎందుకు మాట్లాడుకోవాలని సందేహం వెలిబుచ్చేవారికి ఒకటే సమాధానం– "కమర్షియల్ చిత్రాలతో మాత్రమే నాలుగు డబ్బులు వస్తాయ" నే భ్రమల్లో ఎంతోమంది దర్శక నిర్మాతలు నేడు ఉన్నారు. వారంతా ఇటువంటి సాంఘిక ప్రయోజనాన్ని, ప్రజా చైతన్యాన్ని ఆశించే చిత్రాలు సహితం అపూర్వమైన జనాదరణ పొందుతాయని గ్రహించాలి. ఈ చిత్రంలో కథ నేటికీ కూడా ఇంకా సజీవంగానే ఉండటం విచారకరం. నాడు – నేడు ఏనాడు కూడా రైతులు దగాబడిన, పడుతున్న వర్గంగా ఉన్నారు. వారిలో మార్పు ఎప్పుడో? దళారులు (ఈ చిత్రంలో కరణం, మనసబు, ఖాసా సుబ్బన్న) రైతులను మోసం చేస్తూనే ఉన్నారు. ఓట్ల కోసం రైతులు కావాలి. కానీ సంక్షేమం మాత్రం వారికి అందనవసరం లేదనే నాయకులు గ్రామ గ్రామానా ఉన్నారు. వర్తమాన రైతు చరిత్ర వర్గ దోపిడికి గురవుతున్న సన్నివేశాలు వర్తమానంలో కోకొల్లలు. పెత్తందార్లు, నాయకులు వస్తుంటారు, పోతుంటారు. కానీ... రైతు వర్గం శాశ్వతమని చెప్పే చిత్రం "రైతుబిడ్డ". ఈ చిత్రంలో ఉన్న పది పాటలు సన్నివేశాపరమైనవి, సందేశాన్ని చెప్పేవే కావడం విశేషం. "రైతు పైన అనురాగము చూపని" (పి. సూరిబాబు) "నిద్ర మేలుకోరా తమ్ముడా" (సూరిబాబు) "రైతుకే ఓటివ్వవలెనన్నా" అనే గీతాలు లోని సాహిత్యం నేటికీ సత్యమే. తెలుగు చలనచిత్ర సీమలో నిషేధానికి గురైన తొలి తెలుగు చిత్రం "రైతుబిడ్డ". కళాకారులు సృజన శీలురు భావ స్వేచ్ఛపై ఆలోచనలను రేకెత్తించిన చిత్రం. ఆ కీర్తి గూడవల్లి రామబ్రహ్మం గారిదే!

**భమిడిపాటి గౌరీశంకర్**

**9492858395**

భమిడిపాటి గౌరీశంకర్

# 'ప్రపంచ స్థాయి సినిమా'గా ఎదిగామా?

'ఆస్కార్' 'జాతీయ పురస్కారాల'లో తెలుగు సినిమా తన స్థాయిని ప్రదర్శించింది. ఇది శుభ పరిణామం. విజేతలైన నటులు, సాంకేతిక నిపుణులు, గేయ రచయితలు అందరికీ శుభాకాంక్షలు. ఈ నేపథ్యంలో తెలుగు సినిమా ప్రపంచస్థాయినందుకుందని, ప్రపంచ సినిమా తెలుగు సినిమాను చూస్తుందని మీడియా గర్వంగా ప్రకటించింది. ఇదీ సంతోషమే. ఆరున్నర దశాబ్దాలలో రాని జాతీయ ఉత్తమ నటుడు పురస్కారం 'అల్లు అర్జున్ 'కు లభించడం ఆనందదాయకం. ఈ సందర్భంగా 'ప్రపంచ సినిమా' అంటే ఏమిటి? తెలుగు సినిమా స్థాయి ఏ పాటిది అనే ప్రశ్నలు ఎంతోమంది గతకాలపు సినీ అభిమానులకు కలిగింది. వారంతా తమ తమ అభిప్రాయాలను సోషల్ మీడియా వేదికల మీద పంచుకున్నారు. 'ఆస్కార్' 'జాతీయ నటుడు' బహుమతులు మీద కాస్త జోరుగానే వ్యంగ్యాత్మక వ్యాఖ్యానాలు చేశారు. ఇది ఆనందంతో కూడిన ఆవేదన అనేది అభిమానుల సర్దుబాటు. నిజంగా తెలుగు సినిమా 'రియలిస్టిక్ సినిమా 'గా ప్రపంచ స్థాయిలో నిలబడిందా? నిలబడగలదా? ప్రపంచ సినిమాకి కావలసిన ముడిసరుకేమిటి? తెలుగు సినిమా అందిస్తున్నదేమిటి? 'ఆది పురుష్' తీసి అదే 'అవతార్' స్థాయని, 'భోళాశంకర్' తీసి బోలెడు 'ఖర్చు చేసాం' కనుక భారతీయ సినిమా స్థాయి ఇదని అందామా? మరి ఏది ప్రపంచ స్థాయి రియలిస్టిక్ సినిమాగా మన చిత్రాలను ప్రస్తావించాలి. ఒకప్పుడు 'దాసి', 'మా భూమి', 'అనుగ్రహం', 'ఊరుమ్మడి బ్రతుకులు', 'ప్రాణం ఖరీదు' వంటి చిత్రాలు వచ్చాయి. కానీ.. అవి విజయం సాధించలేదు. కానీ.. ప్రపంచ వేదికల పైన 'తెలుగు సినిమా' కొత్త దృక్కోణంను ప్రదర్శించాయి. 'నర్తనశాల' 'సీతా కళ్యాణం' 'మాయాబజార్' వంటి చిత్రాల పాత్రలు, స్క్రీన్ ప్లే వంటివి నేటికి పాఠ్యాంశాలుగా విదేశీ సినిమా శిక్షణ సంస్థలో స్థానం సంపాదించుకున్నాయి. 'కలిసి ఉంటే కలదు సుఖం' 'మరో ప్రపంచం' 'సుడిగుండాలు' వంటి చిత్రాలు ప్రపంచ స్థాయిలో 'తెలుగు చిత్రం' ప్రత్యేకతను చాటి చెప్పాయి. ఎన్.టి.ఆర్, ఏఎన్నార్ లు ఆయా చిత్రాలలో వయసుకి మించిన, తన గ్లామర్ కు తగినవి కాకపోయినా పోషించారు. 'శభాష్' అనిపించుకున్నారు. అయినా వారికి 'జాతీయ పురస్కారాలు' రాలేదు. పాత్ర ముఖ్యం కాదు. నటుడి పాత్ర ,పాత్ర పోషణలో పడిన కష్టమని ఓ నటుడు చేసిన వ్యాఖ్యానం. మరి పై మూడు చిత్రాల్లో నటించిన మహానటులకు వర్తించదా? 'అవార్డుల' వెనుక దర్శక నిర్మాతల 'కృషి' శ్రమ 'పట్టుదల' పెట్టుబడి వంటివి కూడా సోషల్ మీడియా వేదికగా రకరకాల విశ్లేషణలు వెలువడ్డాయి. వదిలేద్దాం. ఇక్కడే 'మనది ప్రపంచ

స్థాయి సినిమా' అనే బలుపు లాంటి వాపును చూసి మురిసిపోవడం జరుగుతున్నదనేది అభిమానుల ఆవేదన.

అసలు ఏది ప్రపంచ సినిమా. ఏది రియలిస్టిక్ సినిమా అని అడిగే వారుంటారు. ఒక్కసారి.. హంగేరీ, అమెరికా, రష్యా, చైనా, జపాన్ చిత్రాలను పరిశీలించవలసి ఉంటుంది. తెలుగులో కూడా ఆ సినిమా మూల కథతో సినిమాలు తీసి విజయాలు సాధించారు. (ఉదా: ఊపిరి) ఈ సినిమాలలో వర్గ పోరాటం, యుద్ధ వ్యతిరేకత, శ్రమ వర్గాల చైతన్యం, వ్యభిచారం, మానవీయత, నైతికత, భావోద్వేగాల స్వేచ్ఛ(?), మానవ మనస్తత్వాలు చిత్రణ ఇలా ప్రపంచంలోని 'మానవుల' యొక్క సమస్త కష్టసుఖాలను 'దోపిడి 'ని చక్కని సాంకేతికతతో చిన్న సినిమాగా నిర్మిస్తున్న వైనం విస్మయం కలిగిస్తుంది. కార్మికుల సామూహిక చైతన్యాన్ని 'స్ట్రైక్', 'సాయుధ యుద్ధ నౌకలో నావికుల తిరుగుబాటు', 'బ్యాటిల్ షిప్ పోట్కిమిన్', 'అక్టోబర్' వంటివి ఒక్కసారి చూస్తే ప్రపంచ స్థాయి సినిమా స్థాయి ఏమిటో అర్థమవుతుంది. ఇక్కడ ఓ విశేషం చెప్పుకోవాలి. 1948 ప్రాంతంలోనే విక్టోరియా డిసికా తీసిన 'బైసికల్ థీవ్స్', 'టూ విమెన్' వంటి నియో రియలిస్టిక్ ఉద్యమపు గొప్పతనంను ఇటాలియన్ చిత్రాల్లో చూడవచ్చు. వ్యభిచారంపై పోలెండ్ తీసిన 'యువర్ నేమ్ ఇస్ జస్టిస్' ఫ్రెంచ్ మూవీ 'బ్లూ కలర్' (నీలం రంగు) జపాన్ చిత్రం 'రషోమెన్' జీవావరణ విధ్వంసం పై వచ్చిన 'అల్టిప్లానో' మూలాల అన్వేషణ పై వచ్చిన గ్రీకు చిత్రం 'ఎథనేసియా' చెకోస్లొవేకియా 'ది హౌస్', పోలెండ్ చిత్రం 'మై నేమ్ ఈస్ కీ' గుజరాతి చిత్రం 'హెల్లారో' కొడుకు కోసం తల్లి అన్వేషణ 'చేంజ్లింగ్' (నాకు 'విమానం' సినిమా గుర్తొచ్చింది) అనేవి కొన్ని మాత్రమే. ఇంకా ఇటువంటి చిత్రాలు ఎన్నో... ఎన్నెన్నో ఉన్నాయి.

తెలుగులో కూడా 'ప్రతిఘటన' 'దేశంలో దొంగలు పడ్డారు' 'కలియుగ సీత' 'లక్ష్మణ రేఖ' 'పూజకు పనికిరాని పువ్వు' వంటి సందేశాత్మక చిత్రాలు వచ్చినా అవన్నీ 'ప్రాంతీయత 'లోని భిన్న పార్శ్వాలను స్పృశించే వే కావటం. వ్యభిచారంపైన కమర్షియల్ చిత్రంగా వచ్చిన 'కళ్యాణ మండపం' (కాంచన –వి. మధుసూదన రావు) వంటివి 'ప్రపంచ స్థాయి' కథలున్న సినిమాలని వాదించలేము కదా. ఇక్కడ మరో విషయం ఏమిటంటే హర్రర్ చిత్రాలలో సహితం 'ప్రపంచ సినిమా' ఏదో ఒక 'సమస్య 'ను ప్రవేశపెట్టడం. రోమేనియన్ల ఊచకోతను అక్కడక్కడ ప్రస్తావిస్తూ 'ది నన్' వచ్చింది. ఇది పక్కా కమర్షియల్ చిత్రం. అయినా ప్రపంచవ్యాప్తంగా విడుదలైంది. మరి తెలుగు సినిమాలు?

తెలుగు చిత్రాలలోని కమర్షియల్ ఫార్ములా తో 'ప్రపంచ సినిమా 'ను పోల్చలేము. కారణం సాంకేతికత, కథాకథనాలు, నటీనటుల్లోని సహజమైన నటనా రీతులు. ఎడిటింగ్, ఫోటోగ్రఫీ, గ్రాఫిక్స్ ఇలా ఇరవై నాలుగు విభాగాలలో వందలాది మంది 'నిపుణులు'

పనిచేస్తారు. 'తెలుగు సినిమా' కూడా గ్రాఫిక్స్ కోసం 'హాలీవుడ్' వైపు చూస్తున్నది. ఇహ పాటలు, ఫైట్స్, నాటకీయత వంటివి పైన పేర్కొన్న సినిమాల్లో కూడా ఎంతో ఉంది. కానీ వాటిలో 'సహజత్వం' పేరుకొని ఉండటం గమనించ దగ్గ అంశం. కోట్లు ఖర్చు చేసి నిర్మించడం, 'అవార్డులు' తెచ్చుకోవడం ఈ వ్యాపార ప్రపంచంలో ఎంతో సులభం. కానీ... ఆయా చిత్రాలకు 'శాశ్వతత్వం' ఎంతవరకు అనేది ప్రధానాంశం. ఇక్కడ ఓ రెండు చిత్రాల ప్రస్తావన అవసరం. 'శశాంక్ రిడెంప్షన్' 'లవ్ సెక్స్ అండ్ ధోకా' అనే చిత్రాలు మనకు తెలియని చరిత్రను సెల్యూలాయిడ్ సాక్షిగా చెబుతాయి. మనసును కదిలిస్తాయి. ఇటువంటి చిత్రాలను గమనించి ఆ దిశగా తెలుగు సినిమాను తీసుకు వెళ్లగలమేమో ఆలోచన చేయవలసి ఉంది. 'ప్రపంచ సినిమా 'లోని మరో ప్రధానమైన భాగం ఏమిటంటే 'స్క్రీన్ ప్లే'. కథను 'అండర్ ప్లే' గా ఉంచటం. మెల్లగా సినిమా ప్రారంభమై క్రమేపి ప్రేక్షకుడు 'సినిమా' పట్ల మమకారమును పెంచుకోవటం. కొన్ని సినిమాలు 'మనిషి' ప్రయాణం ఏమిటో తెలియజేస్తాయి. 'రాంబో' సినిమాలు కూడా 'సెంటిమెంట్ 'ను తగు మోతాదులో 'ప్లే' చేయటం గమనించవచ్చు. ఏ తరహా చిత్రమైనా సాంకేతికంగా 'హై లెవెల్' లో ఉంటాయి. ముఖ్యంగా మానవ మనస్తత్వాన్ని అద్భుతంగా ఆవిష్కరిస్తాయి. 'లైఫ్ ఈజ్ బ్యూటిఫుల్' వంటి చిత్రాలు జీవితం పట్ల ఆశను కల్పిస్తాయి. సినిమాలకు సమాజం పైన ప్రభావం చూపే శక్తి ఉంది. 'టైటానిక్', 'అవతార్', 'పెరల్ హార్బర్', 'జురాసిక్ పార్క్', 'రేప్' వంటి చిత్రాలతో పాటు 'షార్క్', 'స్పీడ్' వంటివి కూడా కమర్షియల్ గా విజయవంతమయ్యాయి. 'కృతిమత్వం' తక్కువగా ఉండే చిత్రీకరణ విధానం ఇందుకు దోహదపడతాయి. అలాగని 'ప్రపంచ సినిమా' అంటే గొప్పదని కాదు. కానీ.. గొప్పగా మాత్రం ఉంటుంది. జీవితాలను సజీవంగా, జ్ఞాపకాలను సున్నితంగా, ఆవిష్కరించగల నైపుణ్యం ఆ చిత్రాలకు ఉంది.

తెలుగు సినిమాకు 100 సంవత్సరాలకు పైన బడిన చరిత్ర ఉంది. ఎందరో మహానుభావులు ఎదుగుదలకు కృషి చేశారు. నాటి హెచ్.ఎం. రెడ్డి, రఘుపతి వెంకయ్య గార్ల నుంచి నేటి రాజమౌళి, బి. నరసింగరావు, శేఖర్ కమ్ముల వరకు తెలుగు సినిమాను ప్రపంచ స్థాయి సినిమాగా ఎదిగేందుకు కృషి చేశారు. ఈ క్రమంలో ఎన్నో వెలుగు నీడలున్నాయి. కానీ క్రమంగా తెలుగు సినిమా అంటే 'కళాత్మకం' కాదు 'కమర్షియల్ ఫార్ములా 'గా తీర్చిదిద్దుతున్నారు. ఇది విచారకరం. 'సెల్యూలాయిడ్' ను 'కళాత్మకం', రసాత్మకం చేసిన బాపు, శ్యామ్ బెనగల్, కె.వి. రెడ్డి, మృణాళీసేన్, సత్యజిత్ రే, రాజ్ కపూర్ వంటి దర్శకులు ఉన్నారు. వర్తమానం వ్యాపారాత్మక ప్రపంచం. కోట్లు ఖర్చు చేసేది సందేశాలు ఇవ్వటానికి కాదనేది నేటి వ్యాపార మనస్తత్వ కళాకారుల మనోగతం. నిజమే.. కానీ.. పెట్టుబడులు కూడా మిగలడం లేదు కదా! 'తాము నమ్మిన సిద్ధాంతంలో'. ఏవో నాలుగు అవార్డులు

తెచ్చుకొన్నంత మాత్రాన తెలుగు సినిమా ప్రపంచ స్థాయి సినిమాగా గర్వించలేము. అలాగని... సత్తా, శక్తి లేదని కాదు. 'రిస్క్' ఎందుకనేది ఓ 'భయం'. నేడు ప్రపంచవ్యాప్తంగా తెలుగు సినిమాకు మార్కెట్ ఉంది. కొంతమంది దర్శకులు, నిర్మాతలు, నటీనటులకు అభిమానులు కూడా ఉన్నారు. కాకపోతే వారంతా 'ఎంటర్టైన్మెంట్' కోరుకుంటున్నారని 'ట్రేడ్' వర్గాలంటున్నాయి. ఏది ఏమైనా ప్రపంచ స్థాయికి తెలుగు సినిమాను తీసుకు వెళ్లగలిగే శక్తి సామర్థ్యాలున్నా వెళ్లేందుకు ముందడుగు వేయడం లేదనేది నిజం.

భమిడిపాటి గౌరీశంకర్
9492858395

# 'సినిమా' కథ

'సినేమా కథలు సెప్పక'ని రావు గోపాల్ రావు గారు యమగోల సినిమాలో ఓ ఊత పదంగా వాడుతారు... నిజమే... సినిమా కథలన్నీ ఊహలు, ఉబుసుపోక కబుర్లే ఉంటాయని ఆ మాటకు అర్థం. కాని.. 'సినిమా 'నే పెద్ద కథ. నేడు 2కే, 4కే... ఇంకా అనేక రకాల అవతారాలలో అభివృద్ధిలో 'సినిమా 'ను మనమంతా చూస్తున్నాం. ఆనందిస్తున్నాం కూడా! తెలుగు సినిమా కథకున్నంత విస్తృతి 'సినిమా' కథకు ఉంది... ఎన్నెన్నో మలుపులు, అనుభవాలు, అనుభూతులు... ఎన్నెన్నో 'ట్విస్టు'లు కూడా ఉన్నాయి. కదలని బొమ్మలు, కదిలే బొమ్మలు, మాటలు లేని, పాటలు లేని, మాటలు నేర్చిన, నడక నేర్చిన, నాట్యం నేర్చిన ఇలా సినిమా ప్రయాణంలో అద్భుతమైన 'చిత్ర 'విచిత్రాలను తమలో ఇముడ్చు కొని 1895 వ సంవత్సరంలో ఫ్రాన్స్ నుంచి 1896 జూలై 7 భారతదేశంలో 'బొమ్మ పడేంత' వరకు సినిమా ప్రస్థానంలో సైన్స్ ప్రగతి, సాంకేతిక విజ్ఞాన విస్ఫోటనం కూడా ఉందనే విషయాన్ని విస్మరించరాదు. 127 సంవత్సరాల భారతీయ సినిమా గమనంలో ఎంతో సంప్రదాయబద్ధమైన జ్ఞానం దాగి ఉంది. నాటి హెచ్. ఎం. రెడ్డి, రఘుపతి వెంకయ్య నాయుడు లను నుంచి నేటి రాజమౌళి, సుకుమార్ల వరకు ఎంతో మంది మేధావులు మన సినిమాకు నూతన రంగులు అద్దారు. ప్రపంచవ్యాప్తంగా మార్కెట్ తో పాటు 'ఆస్కార్' వంటి కీర్తి పతాకాలను తెచ్చి పెట్టారు. కొన్ని వేల మంది సాంకేతిక నిపుణుల, నటీనటుల ఐక్యతా రాగం, వ్యాపార సూత్రాల పరుగులు నేటి సినిమా కథకు 'రీళ్ళ' వలె జరిగిపోయిన కాలానికి గుర్తులే.. కదిలిన వదిలిన నాటి జ్ఞాపకాల 'తెర'లను తొలగిస్తే అద్భుతమైన, ఆశ్చర్యకరమైన అంశాలు క(వి)నిపిస్తాయి.

'కదిలే బొమ్మ' గురించి తెలియగానే జనం 1895 ప్రాంతంలో భయపడ్డారు. విభ్రాంతికి గురయ్యారు. ఆశ్చర్యంగా చూశారు. మొదట ఫ్రాన్స్ లో ప్రారంభమైన కదిలే బొమ్మ చరిత్ర 1896లో భారతదేశంలో ప్రవేశించింది. మనదేశంలో జూలై ఏడవ తేదీన, అమెరికాలో ఏప్రిల్ 23వ తేదీన ప్రదర్శితమైంది. ఆ రోజుల్లో `ఈ శతాబ్దపు విచిత్రం, ప్రపంచ అద్భుతాల్లో ఒకటి, కదిలే ఛాయాచిత్రాలు మనిషి సైజు బొమ్మలు' అని ప్రకటనలు ఇచ్చేవారు. టికెట్ ధర నాలుగు అణాల నుంచి (అణా అంటే ఆరు పైసలు) రెండు రూపాయల వరకు ఉండేది. అయితే అలా ప్రదర్శించి చిత్రాలు కాదు. పూరికే అవి, ఇవి, కలిపి చూపించేవారు. రైలు బండి రాక, లండన్ లోని నాట్యకత్తెలు, సముద్ర స్నానాలు, సముద్రంలో తుఫాను వంటివి పేర్లుగా

నిర్ణయించి చిత్రాలు వేసేవారు. తర్వాత కాలం ఇద్దరు ఇటలీ దేశస్థులు ఒక మైదానం, 'గుడారం' (టెంట్ ) వేసి సినిమాలు ప్రదర్శించారు. జెమ్ షెడ్ జీటాటా విదేశాల నుంచి సినిమా పరికరాలను తెప్పించుకొని తన ఇంట్లో సినిమాలు వేసుకునేవారు.

1904 నుండి కదిలే చిత్రాలను చూడడానికి జనం అలవాటు పడ్డారు. టాటానే ఈ సంవత్సరంలో ఒక టూరింగ్ టాకీస్ కొనుక్కొచ్చి వాటిలో 'క్రీస్తు జీవితం' అనే సినిమాను ప్రదర్శించారు. 1910 నాటికి దాదాపుగా పెద్ద నగరాల్లో సినిమా థియేటర్స్ నిర్మాణం జరిగింది. అయితే అన్నింటా కూడా విదేశీ సినిమాలే ప్రదర్శించేవారు. 1912 సంవత్సరంలో తొలి భారతీయ చిత్రంగా 'రాజా హరిశ్చంద్ర' నిర్మాణం జరిగింది. నిర్మించినది – దుండిరాజు గోవింద్ ఫాల్కే. ఆయన యూరప్ కూడా వెళ్ళి చిత్ర నిర్మాణం గురించి తెలుసుకున్నారు. 1921లో మొదటి తెలుగు టాకీ సినిమా వచ్చింది. దీని నిర్మాణం రఘుపతి వెంకయ్య నాయుడు చేశారు. 'స్టార్ ఆఫ్ ది ఈస్ట్ ఫిల్మ్' అనే సంస్థ పేరిట ఓ నిర్మాణ సంస్థను ప్రారంభించారు. తర్వాత 'భీష్మ ప్రతిజ్ఞలను తీశారు. రఘుపతి వెంకయ్య నాయుడు ముందు థియేటర్ అధినేత. 1914 లోనే మద్రాస్ లో మొట్టమొదటి పర్మినెంట్ థియేటర్ కట్టారు. 'భీష్మ ప్రతిజ్ఞ'కు నాయుడు గారి కుమారుడు ఆర్. ప్రకాష్ దర్శకుడు. సి. పుల్లయ్య సహాయ దర్శకుడే కాకుండా ఆ సినిమాలో ఓ పాత్రను కూడా ధరించారు. ఈ చిత్రంలో విశేషమేమిటంటే ప్రధానమైన పాత్రలు శంతనుడిగా ఐమీ ఆస్టిన్, గంగగా పెగ్గి కాస్టిల్లో వేశారు. వీరిద్దరూ ఐరోపా దేశస్థులు. ఆ రోజుల్లో స్త్రీలు చిత్రాలలో నటించేందుకు ముందుకు వచ్చేవారు కాదు. స్త్రీ వేషాలు కూడా పురుషులే ధరించేవారు. భీష్ముని పాత్రను దర్శకుడు ప్రకాష్, దాశరాజు పాత్రను హరి సుబ్బారావులు చేశారు. మొట్టమొదటి మూకీ చిత్రాల నటులుగా వారినే పేర్కొనచ్చు.

'కదిలే బొమ్మ ఎందుకు మాట్లాడకూడదు' అనే ప్రశ్న ఆనాటి ప్రముఖులకు అనిపించింది. థామస్ ఆల్వా ఎడిసన్ 1887లోనే శబ్దం వేరే చోటా, చిత్రం వేరే చోటా ఉండేవి. క్రమేణ అభివృద్ధి చెంది 1926లో 'వార్నర్ బ్రదర్స్' (అమెరికా) తొలివాక్చిత్రం 'డాన్ జువాన్' నిర్మించారు. 1927లో సంభాషణలతో సహా 'జాజ్ సింగర్' నిర్మించారు. 1928లో హాలీవుడ్ లో శబ్ద గ్రహణ శాఖ పుట్టింది.' అని తన నోట్స్ లో రాసుకున్నాడు. తరువాత సినిమా చరిత్ర మనందరికీ తెలిసింది. మన దేశంలో తయారైన 1929 సంవత్సరం లండన్ లో ప్రదర్శితమైన 'ఎత్రో ఆఫ్ ది డైస్'. సీతాదేవి అనే ఆమె ఈ చిత్రం నాయక పాత్ర ధరించడం విశేషం. ఈ సంవత్సరంలోనే మన దేశంలో మొదటి టాకీ చిత్రం ప్రదర్శితమైంది. పేరు 'మెలోడీ ఆఫ్ లవ్' కలకత్తాలోని ఎలిఫిన్ స్టన్ పాలెస్ లో ప్రదర్శించారు. 1931లో మదాన్ థియేటర్స్ వారు నిర్మించిన రెండు చిన్న చిత్రాలు 'ఎంపైర్ సినిమాలో ఆడించారు. ఈ చిత్రాల్లో శబ్దం కూడా ఉంది. హిందూస్థానీ గాయని మున్నాభాయి ఇందులో బెంగాలీ పాటలు పాడారు. నృత్యాలు

కూడా ఈ సినిమాల్లో ఉన్నాయి. ఇదో వింతగా ఆ రోజుల్లో చెప్పుకునే వారు. మన దేశపు తొలి టాకీ 'అలమ్‌ఆరా' . సెలెక్ట్ టూరింగ్ టాకీస్ అనే ముంబై సంస్థ దీన్ని నిర్మించింది. మొదటి టాకీ చిత్రం ను ప్రదర్శించిన వారిని చూసిన జనం 'టాకీ మనుషుల 'ని పిలిచేవారు.

1935లో టాకీల నిర్మాణం పెరిగింది. 'మూకీ'లు మూగబోయాయి. అంతకుముందు 1931లో హిందీ (అలం అరా, అర్దేష్ ఇరానీ నిర్మాత) తెలుగు (భక్త ప్రహ్లాద) తమిళ (కాళిదాస)లు విడుదలైనాయి. తెలుగు, తమిళ చిత్రాల సారధి హెచ్.ఎం. రెడ్డి, 'భక్త ప్రహ్లాద' తొలి తెలుగు సినిమాగా ముద్ర వేసుకుంది. తర్వాత 'పాదుకా పట్టాభిషేకం' 'శకుంతల' చిత్రాలు విడుదలైనాయి. ముంబైకి చెందిన సాగర్ మూవీ టోన్ వారు వీటికి నిర్మాతలు. 1934లో తెలుగు టాకీ నిర్మాణం దక్షిణ భారతదేశానికి వచ్చేసింది. సి.వి. దాసు వేల్ పిక్చర్స్ స్టూడియో నెలకొల్పి 'సీతాకళ్యాణం' నిర్మించారు. ఇదీ 'సినిమా' కథ ప్రస్తుతం 'సినిమా' ఎంతగా అభివృద్ధి చెందిందో అందరికీ తెలుసు. 'ఏది సులువుగా సాధ్యం కాదు సుమ్మీ' అనే కవి వాక్కుకు 'సినిమా' ఓ దృశ్య సాక్ష్యం.

**భమిడిపాటి గౌరీశంకర్**

**9492858395**

# క్రొత్త పుంతలు త్రొక్కుతున్న 'కథలు'

"ప్రతీ వ్యక్తి సినిమాలో తనను తాను చూడాలనుకుంటారు." అదే సినిమాల విజయ సూత్రం కూడా. 'ప్రేమ పావురాలు' వంటి హిందీ, తెలుగు చిత్రాల కథ వెనుక ముంబాయి వంటి ప్రాంతాలలో న్యూక్లియస్ కుటుంబాల వారికి ఉమ్మడి కుటుంబం వంటి అంశాలు బాగా ఆకర్షించాయని' ముళ్ళపూడి వారు ఓ సందర్భంలో అన్నారు. తెలిసిన వాతావరణం, స్నేహం, సునిశితమైన ప్రేమ, ఉమ్మడి కుటుంబాలలోని 'మనిషికి మనిష'నే కాన్సెప్ట్ వంటివి 'శతమానం భవతి', 'సీతమ్మ వాకిట్లో సిరిమల్లె చెట్టు', నాటి 'సీతారామయ్యగారి మనవరాలు' వంటి చిత్రాలను విజయ తీరాలకు చేర్చాయి. ఈ సందర్భంగా కొన్ని అంశాలను గమనించాలి.

" చివరకు మనమందరమూ కథకులమే" నని ప్రపంచమంతటా విజయం సాధించిన "డాక్టర్ హు" రచయిత స్టీఫెన్ మొఫాట్ వ్యాఖ్యానం. మనల్ని మనం ఊహించుకునే కథలు ఆనందం, ఆత్మ సంతృప్తినిస్తాయి.. భాష, భౌగోళిక, మానవీయ కోణాలు వంటివి కథను 'మనిషి'కి దగ్గరగా చేర్చుతాయి. ఒక ఉదాహరణ – స్నేహం, మానవతావాదం, లక్ష్యం వంటి అంశాలను మిళితం చేసి విడుదలైన 'ఆర్ఆర్ఆర్' చిత్రం విజయం అందరికీ తెలిసిందే... మానవ భావోద్వేగాలు అన్ని ప్రాంతాలలో ఒకటేనని చెబుతూనే 'తన స్వంత ప్రాంతీయ' ముద్రను కలిగిన 'కాంతారా' విదేశాలలో సహితం 'డాలర్ల' వర్షం కురిపించింది. ప్రత్యేకమైన 'సాంస్కృతిక నేపథ్యం' చిత్ర నిర్మాత దర్శకుడికి కాసుల వర్షం కురిపించింది. భాషల కతీతంగా 'మనుషుల్ని' కలిపే 'కథ'లకు విలువెక్కువ అని టాలీ, బాలీ, హాలీవుడ్'లుతో పాటు 'శాండిల్ వుడ్'లు నిరూపించాయి. '2018' ఆస్కార్ కు ప్రాంతీయ చలనచిత్రంగా ఎంపిక కావడం వెనుక 'సందేశం' అందరికీ తెలిసిందే!

1954లో జపనీస్ రచయిత అకిరా కురసోవా తీసిన 'ది సెవెన్ సమురాయ్స్' గొప్ప క్లాసిక్ గా నిలిచి ప్రపంచమంతటా ఆ తరహా చిత్రాలకు మార్గదర్శిగా నిలిచింది. 1960 లో ఇంగ్లీష్ వెర్షన్ జాన్ స్టర్జిన్ 'ది మాగ్నిఫిసెంట్ 7'గా హిందీలో 1975లో 'షోలే'గా విడుదలై రికార్డులను నెలకొల్పటం చరిత్ర. విజయ టెండూల్కర్ రాసిన 'కమలా' నాటకమును చలనచిత్రంగా రూపొందించినపుడు సాధారణ స్త్రీల గౌరవం గురించి చర్చ భారీ ఎత్తున జరిగింది. ఆలోచనలను రేకెత్తించింది. ప్రపంచవ్యాప్తంగా గ్లోబల్ కంటెంట్ ప్రస్తుతం తన సత్తాను నిరూపిస్తున్నది. దక్షిణ కొరియా, స్పెయిన్, ఫ్రాన్స్, అర్జెంటీనా, జపాన్, జర్మనీ వంటి

అనేక ఇతర దేశాలకు కథలు 'నెట్టింట్లో' సులభంగా చూస్తున్నాం. అనేక ప్రయోగాత్మక చిత్రాలను గమనిస్తున్నాం. తెలుగు చిత్ర పరిశ్రమలో సహితం 'కథలు' ప్రయోగాత్మకంగా వస్తున్నాయి. మన వాతావరణమునకు తగిన విధంగా 'సినిమాలను' నిర్మిస్తూనే విశ్వ వ్యాప్తమైన మానవ విలువలకు ప్రాధాన్యాన్ని స్తున్నాయి చిత్రాలు. సాంస్కృతికమైన ఇచ్చిపుచ్చుకొనే ధోరణిలో సినిమాలు వస్తున్నాయి. 'అరవింద సమేత', 'రంగస్థలం', 'బలగం', 'సామజవరగమన', 'విమానం', 'జై భీమ్', '2018' అటు కన్నడ, మలయాళీ పరిశ్రమలో కూడా వైవిధ్యమైన విలువలకు పట్టం కట్టేవి అప్పుడప్పుడూ వస్తున్నాయి.

సాంకేతికాభివృద్ధి 'కథను' తినేస్తున్నదనే వాదన ఉంది. కేవలం కమర్షియల్ ఎలిమెంట్స్ తో సినిమాలు తీస్తున్న దర్శక నిర్మాతలకు విజయాలు అందని ద్రాక్షగానే ఉన్నాయి. ఈ మధ్య కాలంలో 'స్టార్స్' తో భారీ బడ్జెట్ సినిమాలు 'కథ'లేక, 'మనిషి' (ప్రేక్షకుని)కి కనెక్ట్ కాలేక, వారిని తనతో తీసుకు వెళ్ళలేక (ట్రావెల్) చతికిలబడ్డాయి. 'జైలర్' వంటి చిత్రాలలో ఉన్నదేమిటో 'భోళాశంకర్', నిన్నటి 'స్కంధ 'లో లేనిదేమిటో ప్రేక్షకుడికి తెలుసు. అతను మేధావి. 'మంచి కథ' సౌభ్రాతృత్వపు ఆలోచనలను కలిగిస్తాయి. చిన్నగానే అయినా సామాజిక మార్పును శిఖర స్థాయిలో కోరుకుంటాయి. సూక్ష్మమైన సూత్రాలతోనే సాధించే ప్రయత్నాలు చేస్తాయి. క్లిష్టమైన, సున్నితమైన అంశాలను సహితం ఎంతో మానవీయంగా చిత్రించిన సినిమాలు వస్తున్నాయి. 'బలగం', 'విమానం' వంటివి ఉన్నాయి. ప్రపంచ సినిమా స్థాయిలో వీటిని పరిశీలించలేము. కారణం – నటీనటులు, నిర్మాణ విలువలు, బడ్జెట్ వంటివి. అయినా మనిషి విజయవంతమైన, ఆనందకరమైన జీవనానికి కావలసిన వనరులను తక్కువ స్థాయిలోనే 'సంతృప్తి 'కరంగా ఎలా ఉపయోగించుకోవచ్చో, పొందవచ్చో ఇటువంటి కథలు చెబుతాయి. నిరంతరాయమైన సాంకేతికాభివృద్ధి అంచున కథ కనుమరుగవుతున్నదని అనుకో వలసిన అవసరం లేదు. కొత్త బాధ్యతల వైపు మార్పుకు, సమస్యల ప్రపంచంలో తమ వంతు నిర్వహణా సామర్థ్యపు సమర్థతలను ఆలోచించుకోటానికి కథలు అవసరమవుతాయి. తెలుగు చిత్ర పరిశ్రమలో ఇటువంటి కథా చిత్రాలకు లోపం లేదు. తెలుగు మూకీ నుంచి టాకీ వరకు నేటి వరకు అనంత ప్రయాణంలో కొన్ని వేల ఉత్తమ కథా చిత్రాలు వచ్చాయి. మానవతకు పట్టం కట్టాయి. ఆత్మీయతానుభవాలను గూర్చి, మనిషిలోని మంచి చెడులను, సమాజంలోని 'వ్యక్తి' స్థాయి అనుభవాలను వివరించాయి. ఇవన్నీ సాంస్కృతిక భౌగోళిక వైవిధ్యం నుంచి పుట్టినప్పటికీ మనిషిని కదిలించే శక్తి ఉంది. అవి... ప్రేక్షకుల్ని కలిసి కట్టుగా ఆనందింపజేస్తూ, ఆవేదనా క్రీనీడల జీవితాన్ని ఆస్వాదించమని సుత మెత్తగా చెప్పాయి. చెబుతాయి.

గురుదేవులు రవీంద్రులు 'ఎవరూ ప్రపంచ భారాన్ని మరింతగా పెంచకూడదు. ప్రతీ ఒక్కరూ దానిని తగ్గించడానికి ప్రయత్నించాలి. 'ఆ పని కథాత్మకమైన చిత్రాలు చేస్తాయి. నాటి 'మాలపల్లి', 'దేవత', 'వందేమాతరం' తర్వాత కాలంలో 'శంకరాభరణం', 'సప్తపది', 'సిరివెన్నెల' ఇలా ఎన్నెన్నో తమవంతు సాంస్కృతిక మధ్యవర్తిత్వంతో 'మానవ విలువల ఔన్నత్యం 'ను గూర్చి చెప్పాయి. భాషకతీతంగా వచ్చే 'కాంతారా' లాంటి చిత్రాలు కూడా భావోద్వేగాలను ప్రగాఢంగా ప్రభావితం చేశాయి. ఈ పని కన్నడ, మరాఠీ నాటక రంగం కూడా చేయటం విశేషం. ఆ దిశగా తెలుగు నాటక రంగం 'సినిమా' ప్రపంచంలో 'ఫేడౌట్' అయింది. ఇది శోచనీయం.

ఏది ఏమైనా ప్రపంచ స్థాయి టెక్నికల్ వాల్యూస్ తో తెలుగు చిత్ర పరిశ్రమ 'కంటెంట్' విశ్వవ్యాప్తంగా సెలెబ్రేట్ చేసుకోవడం ఆనందదాయకం. కానీ.. ఈ శాతం మూడు శాతానికి మించి లేదనుకోవటం మరో విషాద కోణం. కాలక్షేపపు చిత్రాల కెరటాల హోరు 'కలుషితాన్ని' తమతో ముందుకు తీసుకురావడం, 'ముత్యాలు' సాగర గర్భంలో ఉండిపోవటం జరుగుతున్నది.. ఇది మారాలి...

**భమిడిపాటి గౌరీశంకర్,**

**9492858395**

## 'అ... ఆ లు' రాని స్థితి నుంచి....

అతను అలుపెరగని సినీ 'బాటసారి' 'అ.. ఆ లు' రాని విజ్ఞాన ఖని, దార్శనికుడు, దాత, భక్తి మాటెరుగని 'భక్తుడు'. విభిన్నతను వ్యక్తిత్వ సూత్రంగా మలుచుకున్న 'మహాకవి'. స్టూడియో వ్యవస్థాపకుడు. మహానటుడు... అతడే అక్కినేని నాగేశ్వరరావు. 1924 సెప్టెంబర్ 24న గుడివాడ దగ్గర రామాపురంలో జన్మించి, వ్యావసాయక కుటుంబానికి చెంది... చదువురానివానిగా కెరీర్ ను ప్రారంభించి, ఎన్నెన్నో ఆటుపోట్లను తట్టుకొని, కేవలం 'ప్రతిభ' ఆధారంగా ఎదిగి చరిత్రే తన వెంట నడిచేదిగా, తానే ఓ చరిత్రగా నిలిచిన శక పురుషుడాయన. ఇది ఆయన శత వత్సరం. మనిషి ఎంత కాలం జీవిస్తాడో అనేది ప్రశ్న కాదు. ఎంతమంది హృదయాలలో 'అమరజీవి' కాగలడు అనేది అతని మానవత్వ మనుగడ పై ఆధారపడి ఉంటుంది. అక్కినేని అటువంటి 'అమరత్వం' కలిగి అద్భుత వ్యక్తి. "స్వీయలోపంబు లెరుగుట పెద్ద విద్య" అనేది ఆయన పఠనీయ సూక్తి. ఆచరణీయ వ్యక్తి. 'ధర్మపత్ని'(1940) నుంచి 'సీతారామ జననం'(194) మీదుగా అతని నటన ప్రస్థానం 'మనం' తో ముగిసింది. చివరి శ్వాస వరకు నటనే జీవితం గా తనను తాను తీర్చిదిద్దుకున్న 'మహామనీషి' నాగేశ్వరరావు గారు. దైవమంటే నమ్మకం లేని నటుడు భక్తుల పాత్రలు పోషించి 'జీవం' నింపారు. భక్తతుకారం, చక్రధారి, బుద్ధిమంతుడు, విప్రనారాయణ, మహాకవి కాళిదాసు వంటివి ఆయనకు 'కళా ప్రపూర్ణ' 'పద్మభూషణ్'లు వరించేటట్టు చేశాయి. 'ఆహార్యం' 'అంతర్యాల'తో అందరినీ ఆకట్టుకున్నారాయన. ఎన్టీఆర్ తో తనకు గల పోటీని ఎంతో హుందాగా అంగీకరించి తనకంటూ ఓ స్టైల్ ఏర్పాటు చేసుకున్నారు. ఎన్టీఆర్ తో కలిసి 14 సినిమాలు చేశారు. నిర్మాతగా చక్కని అభివృద్ధి గల చిత్రాలు నిర్మించారు. 'ప్రేమాభిషేకం' ఓ చరిత్ర.

'ఆయన భక్తుడి పాత్రల్లోనా' అని అవహేళన చేసిన వారికి తన నటనతో నిరూపించిన అక్కినేని చిత్రం 'విప్రనారాయణ' (1954). ఈ చిత్రం గురించి నాలుగు మాటలు చెప్పుకోవాలి. 'భరణి' స్టూడియోస్ రామకృష్ణ, భానుమతి నిర్మించిన చిత్రం. సంగీతం సాలూరు రాజేశ్వరరావు. 17 పాటలున్న చిత్రం. ఘంటసాల గొంతును కాకుండా ఏ. ఎమ్. రాజా తో పాటలు పాడించి దర్శకుడు, నిర్మాత రామకృష్ణ ప్రయోగంతో విజయం సాధించారు. ఈ చిత్రానికి ముందు 1937లో కస్తూరి నరసింహారావు, కాంచనమాల, టంగుటూరి సూర్యకుమారీ లు నటించిన చిత్రం 1938లో కొత్త మంగళం చీను, టీ.వీ. రాజ సుందరిలు నటించిన చిత్రాలు వచ్చాయి. ఇవి తమిళంలో కూడా నిర్మించారు. 1954 లో భరణి వారు

తీసిన నాగేశ్వరరావు నటించిన 'విప్రనారాయణ', 1955లో తమిళంలో కూడా విడుదల చేశారు. (ఎస్. డి. సుందరం తమిళ వెర్షన్ కు సంభాషణ రచయిత) తెలుగులో కథ, మాటలు సముద్రాల సీనియర్ రాశారు. రేలంగి, సంధ్య, ఋష్యేంద్ర మణి, అల్లు రామలింగయ్య, వి. శివరాం తదితరులు నటించారు. 'దేవదాసు'లో క్లైమాక్స్ దృశ్యాలలో అక్కినేని ఎంతగా ప్రాణం పోశారు. భక్తుడైన 'విప్రనారాయణు'డిగా అంతకుమించి ఆయన కష్టపడ్డారు. దేవదేవిగా భానుమతి ముందు అక్కినేని నటన ఎంతో ఉన్నతంగా ఉంటుంది. దర్శకుడు రామకృష్ణ నాగేశ్వరరావును భక్తుడిగా ఎంపిక చేసుకొని తప్పు చేశారని విమర్శించిన వారే... చిత్ర విజయంను, అక్కినేని శిఖరాగ్ర స్థాయి నటనను చూసి ముగ్ధులై పోయారు. 1954లో రెండవ జాతీయ చలనచిత్ర అవార్డుల ప్రదానోత్సవంలో 'విప్రనారాయణ' ఉత్తమ చలనచిత్రంగా అవార్డును గెలుచుకుంది. తన జీవితం భగవంతుని కే అంకితం అనుకొని పూల దండలు నేసే బ్రాహ్మణుడి పాత్రలో నాగేశ్వరరావు గారి నటన చిరస్మరణీయం. పౌరాణిక, జానపద చిత్రాలలో ఎన్టీఆర్ ది తిరుగులేని స్థానం. ఆ సమయంలో తనను తానే గుర్తించుకొని, తీర్చిదిద్దు కొని 'నవరాత్రి' సినిమాలో తొమ్మిది రకాల వివిధ పాత్రలను అద్భుతంగా పోషించి మెప్పించరాయన. 'విప్రనారాయణ 'తో మొదలైన ఆయన భక్తుడి పాత్రలు భక్తతుకారం, క్షేత్రయ్య, చక్రధారి వంటి చిత్రాలు కొనసాగాయి. అర్జునుడు, అభిమన్యుడు, కృష్ణుడు (విష్ణువు) వంటి పౌరాణిక పాత్రలను సహితం మెప్పించారు. నటుడిగా అన్ని రకాల పాత్రలను వాటి 'ఆత్మ'ను తెలుసుకొని పర కాయ ప్రవేశం చేయటం ఆయన నైజం. 'మహాకవి కాళిదాసు' 'జయభేరి' ' తెనాలి రామకృష్ణ' వంటివి ఆయన నటనా వైదుష్యానికి మచ్చుతునకలు.

నవలా నాయకుడిగా, ట్రాజెడీ కింగ్ గా ఆయనదో ప్రత్యేకమైన నటనా శైలి. 'ప్రేమ నగర్' ఓ కలికితురాయి. 'దసరా బుల్లోడు' ఆయనను 'డాన్స్' ఐకాన్ గా మార్చింది. 'ఇద్దరు మిత్రులు' 'గోవుల గోపన్న' 'ధర్మదాత' వంటి చిత్రాలు 'ద్వి పాత్రాభినయం' చేసి ఆ టైపు చిత్రాలకు ఆద్యుడిగా నిలిచారు. 'కళ్యాణి' వంటి చిత్రాలు నిర్మించి తన కళాభిరుచిని చాటుకున్నారు. 'దేవదాసు' ఆయనను చిరకాలం అభిమానులు గుండెల్లో 'చిరంజీవి 'ని చేసింది. 'దేవదాసు 'గా అక్కినేనా... డి.ఎల్. కు మతి పోయిందని విమర్శించిన వారికి దర్శకుడు వేదాంతం నాగేశ్వరరావు నటన విశ్వరూపంతో ఇచ్చిన దృశ్య కావ్యం 'దేవదాసు'. 'తాను ఎటువంటి పాత్రలకు సరిపోతారో అటువంటి పాత్రలకే పరిమితమయ్యారు' అంటారు ఎన్టీఆర్. అక్కినేనికి ఎదుటివారి ప్రతిభను గుర్తించి ప్రోత్సహించడం కూడా తెలుసు. ప్రముఖ దర్శకుడు కె. విశ్వనాథ్, ఆదుర్తి దగ్గర పనిచేస్తున్న సమయంలో అతనిలోని దర్శకత్వ ప్రతిభను గుర్తించి 'ఆత్మగౌరవం' చిత్రానికి దర్శకునిగా ఎంపిక చేశారు. చిత్ర పరిశ్రమ కోసం ఆయన ఎన్నెన్నో ప్రయోగాలు చేశారు. 'సుడిగుండాలు' 'మరో ప్రపంచం' అంటే చిత్రాలతో తనలోని

'నటుడు'కున్న భిన్న రూపాలను, వైవిధ్యాన్ని ప్రదర్శించారు. సమాజం పట్ల తన బాధ్యతను తెలియజేశారు. కొండలు, గుట్టలుగా ఉన్న ప్రాంతంలో అందమైన అన్నపూర్ణ స్టూడియోను నిర్మించి చిత్ర పరిశ్రమ హైదరాబాద్ తరలి రావడానికి తన వంతు కృషిని ప్రథమంగా ఆయనే చేశారు. తర్వాత ది అందరికీ తెలిసిన చిత్ర చరిత్ర. ఆయన వారసులు 'నట వారసత్వాన్ని' అందిపుచ్చుకున్నారు. గుడివాడలో కళాశాల నిర్మించి తనలోని విద్యావేత్తకు ఓ చిరస్మరణీయ రూపం ఇచ్చారు. వేలాది మందికి గొప్ప దానాలు చేశారు. ఆయనలోని నిక్కచ్చితనం, జీవితం, కష్టాలు, అనుభవాల నుంచి వచ్చిన జాగ్రత్తగానే అక్కినేని దగ్గరగా గమనించిన వారి అభిప్రాయం.

తెలుగు చిత్ర పరిశ్రమకు ఆయన మరిచిపోలేని జ్ఞాపకం. చలనచిత్ర చరిత్రలో అక్కినేని వారిది చెదరని, చెరిగిపోలేని సంతకం.

**(అక్కినేని శతజయంతి సందర్భంగా)**

**భమిడి పాటి గౌరీశంకర్**

**9492858395**

# 'హాయ్ నాన్న'... ఫర్వాలేదు

నాని చిత్రాలంటే సహజ నటుడు అనే పేరుంది. అతని చిత్రాలలో ఎంతో కొంత ప్రత్యేకత ఉంటుందని ప్రేక్షకులు ఊహిస్తూ థియేటర్ కు వెళ్తారు. తొలి చిత్రం 'అష్టా చమ్మా' నుంచి అతడు తన సహజమైన నటన కొనసాగిస్తూనే కథలను ఎంపిక చేసుకుంటున్నాడు. ఎక్కువ శాతం నాని చిత్రాలను ప్రేక్షకులు ఆదరించారు. ఆర్థిక విజయాలను అందించారు. మధ్యలో మాస్ గెటప్ కోసం 'కృష్ణార్జునులు' వంటి చిత్రం చేసి దెబ్బతిన్న తర్వాత ఆ తరహా సినిమాలకు  నాని స్వస్తి చెప్పారనే అనుకోవాలి. 'శ్యామ్ సింగరాయ్' వంటి ప్రయోగాత్మక వ్యాపార సూత్రాల మిళిత కథలను సమర్థవంతంగా నాని 'డీల్' చేశాడు. దర్శక నిర్మాతలకు నాని ఓ విజయ సూత్రం. అటువంటి నాని నటించిన 'హాయ్ నాన్న' చిత్రంపై అందరికీ ఎన్నో అంచనాలున్నాయి. ఈ సినిమాలో కథానాయికకి మృణాళ్ ఠాకూర్ 'సీతారామం' చిత్రంతో క్లాస్ ఆడియెన్స్ కు దగ్గర అయింది. ఆమెను ప్రేక్షకుడు ఆ సినిమా పరిధిలో చూసే అవకాశాలు ఎక్కువ. నాని, మృణాళ్ ఠాకూర్ కలయికలో వచ్చిన 'హాయ్ నాన్న' చిత్రంను అన్ని రకాల ప్రేక్షకులు చూడాలను కోవడం నిర్మాతలు ఆశ. అయితే ఈ చిత్రంలో దర్శకులు (రచన కూడా చేసిన) శౌర్యన్ కథను ఎంపిక చేసుకోవడం వెనుక 'డెఫినెట్లీ, మే బి' అనే హాలీవుడ్ చిత్రం ప్రభావం ఉందనిపిస్తుంది. ఇది ఆ సినిమాకి దగ్గరగా సాగే కథాంశం మరి.

'కథ' పాయింట్ పాతదే.... విరాజ్(నాని) సింగిల్ పేరెంట్. ఫ్యాషన్ ఫోటోగ్రాఫర్. అతనికి మహి అనే ఆరేళ్ల కూతురు (కియారాఖన్నా) ముంబైలో అతని జీవనం. వీరికి తోడుగా వారి ఇంట్లో 'ఫ్లూటో' అనే పెంపుడు కుక్క, పాపకి తాతయిన 'జయరాం' ఉంటారు. అనుకోకుండా పాప ఓ రోడ్డు ప్రమాదానికి గురయే సమయంలో 'యష్ట' (మృణాళ్ ఠాకూర్) కాపాడుతుంది. తదనంతర పరిణామాలతో 'యష్ట', 'విరాజ్'లు పరస్పరం ప్రేమించుకుంటారు. అసలు 'విరాజ్' ఎందుకు సింగిల్ పేరెంట్ గా ఉన్నాడు? అతను భార్య ఏమైందనేది తదుపరి సినిమా? ఈ కథను వింటుంటే అనేకమైన పాత సినిమాలు గుర్తుకు వస్తాయి. చిత్రం చూస్తున్నంత సేపు 'ఎప్పటికీ ముందుకు కదలదే' అనిపిస్తుంది. నడుస్తూ ఉంటుంది. ప్రథమార్థమంతా ఇదే తరహా స్క్రీన్ ప్లే 'నడుస్తుంది'. కథా పరంగా 'హ్యూమన్ డ్రామా' కోసం దర్శకుడు తగిన సమయం తీసుకున్నాడని అనుకోవాలి. అయితే ఈ 'వాగుడు'ను చాలావరకు సంభాషణలు, నాని, మృణాళ్ ఠాకూర్ ల సహజమైన నటన

ప్రేక్షకులు 'సహించే విధంగా' దర్శకుడు జాగ్రత్త పడటం గమనించ దగ్గ అంశం. ఇంటర్వెల్ బ్యాంగ్ సన్నివేశం పాత చింతకాయ పచ్చడిని గుర్తుకు చేస్తుంది. మరీ అంతా కన్వీనియంట్ సన్నివేశాలు చిత్రీకరణలోని సాంద్రత కోసం పరితపించవలసిన అవసరం లేదనిపిస్తుంది. వర్తమానంలో తెలుగు సినిమా ప్రేక్షకుడికి 'తోక' చూపిస్తే చాలును అది పులో, సింహమో గుర్తించగలడు. అంతగా సినిమాతో ట్రావెల్ చేయగలడు. ఈ చిత్రంలో శృతి హాసన్, జయరాం లాంటి గొప్ప నటులున్నా వారి పాత్రలకు పెద్దగా స్కోప్ లేదు. సినిమాలో 'కామెడీ' దాదాపు లేదనే చెప్పాలి. అందుకోసం దర్శకుడు గోవాలో నాని,మృణాళ్ ల మధ్య తాగుడు, సన్నివేశంను చిత్రించాడు. కానీ.. ఇది 'సింక్' కాకపోవడం విచారకరం. కథను ఒక ఫ్లోలో నడిపిస్తూ, దానికి భిన్నంగా ఇటువంటి సన్నివేశాలు 'నాన్ సింక్ 'గా మారుతాయని ప్రేక్షకులకు తెలుసు.

'హాయ్ నాన్న' చిత్రంలో కొన్ని మంచి పాయింట్స్ ఉన్నాయి. ప్రథమ, ద్వితీయార్థాలలో మందకొడిగా సినిమా కొనసాగుతున్నా సంగీతమందించిన హేషం అబ్దుల్ వాహబ్ తనవంతు పాత్రను శతశాతం విజయవంతంగా చేశారనే చెప్పాలి. సినిమాకి పెద్ద సేవింగ్ అతనందించిన నేపథ్య సంగీతం. స్లో కథనాన్ని ప్రేక్షకులు 'కూర్చుని' చూడగలిగేలా చేసింది. సంగీతానికి తగిన సాహిత్యం కూడా సరిగ్గా సమకూరింది. 'ఇటు రావే రాజు బొమ్మ' 'సమయమా' 'చెంగావి చెంపల్లో మౌనం' వంటి పాటల్లో మంచి 'సాంద్రత కలిగిన లోతైన' సాహితీ పద భావజాలంలో ఫ్రెష్ నెస్ కనిపిస్తుంది. ప్రేమకి, బాధ్యతకి తేడా చెప్పే సంభాషణలు బాగున్నాయి. రచన చేసిన దర్శకుడు శౌర్యువ్ ను అభినందించాలి. కెమెరా వర్క్ సనూజాన్ వర్ఘీస్, ఎడిటింగ్ ప్రవీణ్ ఆంటోనీలు తమవంతు బాధ్యతను సమర్థవంతంగా పూర్తి చేసి సినిమాను పర్వాలేదనిపించారు. నటీనటుల పరంగా చూస్తే నాని, మృణాళ్ బాగానే చేశారు. మంచి ఎమోషన్ ని పండించడానికి స్కోప్ ఉన్న కథ. అది అందుకు తగిన విధంగానే వారి నటన ఉంది. ఇందులో ఆరేళ్ల మహి పాత్ర చాలా మెచ్యూర్డ్ గా ప్రవర్తిస్తుంది. పాత్ర పోషించిన బేబీ కియారా ఖన్నా కూడా పాత్ర స్వభావానికి తగిన విధంగా నటించి మంచి మార్కులు సంపాదించుకుంది. ప్రియదర్శి, జయరామ్, శృతి హాసన్ వంటి వారు వారి పద్ధతిలో వారు నటించారు. శృతి హాసన్ అతిథి పాత్రను కొంచెం స్థాయిని పెంచి చిత్రించి ఉంటే బాగుండేది అనిపిస్తుంది. దర్శకుడు శౌర్యువ్ తన చిత్రానికి కథను ఎంపిక చేసుకోవడంలో శ్రద్ధ తీసుకున్నా బలమైన స్క్రీన్ ప్లే లేకపోవడం, ఊహించలేని ట్విస్టు'లు పెట్టకపోవడం వంటివి 'రచయిత' బలహీనతలను చెబుతాయి. అయితే ఇవన్నీ భౌతిక పరమైన కారణాలుగా కనిపించినా 'చిత్ర' నిర్మాణంలో అనేకమైన అడ్డంకులు, అవరోధాలు, ఆలోచనలు కూడా దర్శక రచయితలకు (ఇద్దరూ ఒక్కరే అయితే) సూచనల రూపంలో వస్తుంటాయి. కానీ మంచి ఫ్రెష్ నెస్ ఉన్నా

ఫ్రేమ్స్, మాటలు, పాటలు, సంగీతం, కెమెరా ఎడిటింగ్ వంటి సాంకేతిక నిపుణుల బృందాన్ని ఎంపిక చేసుకున్న నిర్మాతలు మోహన్ చెరుకూరి, విజయేందర్ రెడ్డి, తీగల ఆరోగ్యపరమైన చిత్రాన్ని నిర్మించారని అభినందించాలి. స్క్రీన్ ప్లేలో ఉన్న కొద్దిపాటి లోపాలను సవరించుకొని ఉంటే కథ పాతదే అయినా కొత్తగా చూపించే ప్రయత్నం చేయవచ్చు. ఇందులో మంచి సెంటిమెంట్, డ్రామా పూర్తిస్థాయిలో పండలేదనే చెప్పాలి. కథనంలోని కొద్ది ఇబ్బందులు, ప్రధాన పాత్రలపైన పెట్టిన శ్రద్ధ మిగిలిన పాత్రలపైన పెట్టకపోవడం, స్లో నెరేషన్, రొటీన్ సన్నివేశాలు వంటి వాటిపైన ప్రత్యేకమైన దృష్టి పెట్టి ఉంటే సినిమా మరో రేంజ్ లో ఉండేదనిపిస్తుంది. మంచి అనుభూతిని అందించి ఉండేది. కథకనుగుణమైన సన్నివేశాలు చిత్రానికి బలాన్నిస్తాయి. హీరోయిన్ తల్లిదండ్రుల మధ్య గొడవలకు కారణాలను సరిగ్గా ఎస్టాబ్లిష్ చేయకపోవడం వంటి ఉదాహరణలు ఆశించిన ఫలితాన్నివ్వవు. ఈ లోపం హాలీవుడ్ కథలోనిదా అనే భావన కలగటం సహజం.

నాని చిత్రాల నుంచి ఆశించే ప్రత్యేకతలు ఇందులో ఉన్నాయి. అతను తన పాత్రను ప్రేమించే చేశారు. దర్శకుడు శౌర్యన్ కథను హేండిల్ చేయడంలో మరి కొంచెం చక్కని స్క్రీన్ ప్లే అవసరమని పించే విధంగా 'హాయ్ నాన్న' ఉంది. క్లీన్ చిట్ చిత్రమనే చెప్పాలి.

భమిడిపాటి గౌరీశంకర్
**9492858395**

# ఏది చిన్న చిత్రం...

"చిన్న చిత్రం, పెద్ద చిత్రమనే తేడా ఏమీలేదు. నిర్మాతకు పెట్టుబడి తిరిగి తెచ్చేదేదైనా పెద్ద చిత్రమే" అంటారు విశ్వశాంతి విశ్వేశ్వరరావు. ఆయన 'కంచుకోట' వంటి భారీ చిత్రాలు ఒకట్రెండు తీసినా మార్పు, తీర్పులాంటి సమాజ పరమైన సందేశాలతో కుటుంబ కథాచిత్రాలనే తీశారు. చాలావరకు విజయాలు సాధించారు. 'మరోప్రపంచం' 'సుడిగుండాలు' వంటివి ప్రయోగాత్మక చిత్రాలుగా చెప్పుకున్నా 'రంగులరాట్నం' 'కన్నెమనసులు' 'లేత మనసులు' 'ముత్యాలముగ్గు' వంటివి నిర్మాతలకు పెట్టుబడి తిరిగి తెచ్చినవి. ప్రతీ సంవత్సరం దాదాపు 200 చిత్రాల వరకు తెలుగు చిత్ర పరిశ్రమలో చిన్న, పెద్ద సినిమాలు విడుదల అవుతున్నాయి. ఇందులో భారీ చిత్రాలు ఓ పది వరకు ఉంటున్నాయి. ఇన్ని చిత్రాలలో విజయాల శాతం కేవలం 10 శాతమే ఉండటం ఎంతవరకు 'విజయమో' చిత్ర పరిశ్రమ పెద్దలు ఆలోచించుకోవాలి. ప్రస్తుతం సంవత్సరం చివరి రోజులలో ఉన్నాం. మరో వారం రోజులలో క్యాలెండర్ మారిపోతుంది. లాభనష్టాల బేరిజు కాల గమనంలో అవసరం. అది లేకుంటే రేపటి 'ఆశ'తో కూడిన కొత్త సంవత్సరంలో అడుగు ముందుకు వేయలేని పరిస్థితి. కనుకనే ప్రతీ సంవత్సరం డిసెంబర్ నెలలో విజయాలు తెచ్చిపెట్టిన చిత్రాల సమీక్ష అవసరమవుతుంది. 2023 సంవత్సరం 'చిన్న చిత్రాల' వత్సరంగా చెప్పుకోవచ్చని అనిపిస్తుంది. ఈ చిత్రాలలో అన్ని రకాల కథలున్నాయి. ముఖ్యంగా హ్యూమన్ డ్రామా, ఎమోషన్స్ ను బాగా డీల్ చేశారు దర్శకులు. ఒక విధంగా నిర్మాతలు చాలా వరకు 'కొత్త యువ దర్శకులను' నమ్మారనే చెప్పాలి. వారు కూడా సాధ్యమైనంత వరకు తమ బాధ్యతలను సక్రమంగానే నిర్వహించి 'నిర్మాత' బ్రతికి బట్టకడితేనే 'తమకు' భవిష్యత్తని వారు నమ్మారు. ఈ నేపథ్యం నుంచి 2023 జనవరి నుంచి డిసెంబర్ మూడవ వారం వరకు విడుదలైన 'విజయం' సాధించిన చిన్న చిత్రాల గురించి చెప్పుకోవాలి. 'చిన్న సినిమాలు బ్రతికి బట్ట కట్టనీయండి. వాటికి థియేటర్లు ఇవ్వండి' అనే నినాదం ఈ మధ్య కాలంలో చిత్ర పరిశ్రమలో గట్టిగానే వినిపిస్తున్నది. కానీ.. ప్రేక్షకులు ఆదరించేది పెద్ద సినిమా.. లేకుంటే ఎంతటి పెద్ద చిత్రమైనా 'చిన్న' చిత్రమే అని కూడా సినీ పండితుల విశ్లేషణలు. ఇది నిజం కూడా అనిపిస్తుంది.

చిన్న పెద్ద అనే మాటలకు నిర్వచనాలు మారిపోయిన కాలమిది. బాక్స్ ఆఫీస్ ముందు సత్తా చాట గలగటమే 'సినిమా'కు ప్రధానమైంది. ఈ ఏడాది ఇప్పటివరకు 150కి పైగా చిత్రాలు విడుదలైనాయి. వీటిలో పరిమిత వ్యయంతో నిర్మించిన చిత్రాలు శతకానికి పైగానే

ఉన్నాయి. వీటిలో కొన్ని మాత్రమే ప్రేక్షకులకు నచ్చాయని చెప్పవచ్చు. సంక్రాంతి సీజన్ 2023 'కల్యాణం కమనీయం 'తో ప్రారంభమైంది. కానీ పరిశ్రమలో మొదటి విజయం ఫిబ్రవరిలో నమోదు చేసుకుంది. 'రైటర్ పద్మభూషణ్'– సుహాస్ కథానాయకుడిగా కొత్త దర్శకుడు షణ్ముఖ ప్రశాంత్ సినిమాను కామెడీ డ్రామాగా మలిచి ఓ మంచి ప్రయత్నం చేశాడు. ఇదే నెలలో విడుదలైన మరో కొత్త దర్శకుడు మురళీ కిషోర్ కిరణ్ అబ్బవరం కథానాయకుడిగా తీసిన చిత్రం 'వినరో భాగ్యము విష్ణు కథ' పంచిన వినోదం ప్రేక్షకులను అలరించింది. మార్చి నెలలో చిత్ర పరిశ్రమ 'మర్చి'పోలేని నెలగా విడుదలైన చిత్రం బలగం. మట్టి కథల పైన నేటికీ మనుషులలో మమకారం తరగలేదని చెప్పిన సినిమా ఇది. ఈ ఏడాది సంచలనమైన విజయాన్ని నమోదు చేసుకున్న పరిమిత వ్యయంతో నిర్మించి (మూడు కోట్లు) అపరిమితమైన లాభాలనార్జించి (27కోట్లు) చిత్రంగా ట్రేడ్ వర్గాలు చెప్పుకున్న చిత్రం. తెలంగాణ నేపథ్యంలో బలమైన భావోద్వేగాలతో సహజమైన లొకేషన్స్ లో చిత్రీకరణ సినిమా అభిమానుల మనసు గెలిచింది. నటుడు వేణు ఈ చిత్రంతో దర్శకుడుగా మారాడు. కోట్ల వర్షం కురిపించింది. ఇక ద్వితీయార్థంలో ప్రథమ భాగం కన్నా కాస్త ఎక్కువ చిన్న చిత్రాలు తమ జోరును పెంచాయి. జూన్ లో వచ్చిన 'సమాజ వరగమన' అభిమానులకు మంచి వినోదాన్ని పంచి హిట్టు కొట్టింది. శ్రీ విష్ణు కథానాయకుడు. రామ్ అబ్బరాజు దర్శకుడు. మంచి వసూళ్లను కూడా రాబట్టింది. మరో చిత్రం సుమంత్ ప్రభాస్ 'మేం ఫేమస్' రూపక్ రోనాల్డ్స్, 'పరేషాన్' చిత్రాలు కూడా మంచి ప్రయత్నాలుగా తమ స్థాయికి తగిన వసూళ్లను రాబట్టుకున్నాయి. జులైలో విడుదలైన 'బేబీ'తో దర్శకుడు సాయిరాజేష్ బాక్సాఫీస్ దగ్గర దుమ్ము లేపారు. ఆనంద్ దేవరకొండ, వైష్ణవి చైతన్య, విరాజ్ అశ్విన్ ప్రధాన తారాగణంగా వచ్చిన 'కల్ట్ ప్రేమకథా' చిత్రమిది. ఈ చిత్రం 'యువత'ను విశేషంగా థియేటర్లకు రప్పించి 10 కోట్లతో నిర్మించిన చిత్రం 80 కోట్లు పైచిలుకు వసూళ్ళను సాధించిందని సినీ వ్యాపార వర్గాలు అంచనా వేసినట్లు వార్తలు ఉన్నాయి. 'ఆర్ఎక్స్100' తరువాత సరైన విజయం లేని కార్తికేయకు 'బెదురులంక 2012' కాస్త చేయూతనిచ్చి నిలిపింది. ఈ ఏడాదిలో విడుదలయ్యి మంచి వసూళ్లను రాబట్టుకున్న చిత్రం 'మాడ్'. కళ్యాణ్ శంకర్ దర్శకుడిగా పరిచయమయ్యాడు. ఇదే నెలలో విడుదలైన సంపూర్ణేష్ బాబు చిత్రం 'మార్టిన్ లూథర్ కింగ్' విమర్శకుల ప్రశంసలు దక్కించుకుంది. పూజ కొల్లూరు అనే దర్శకురాలు ఈ చిత్రంతో చిత్ర పరిశ్రమకు పరిచయమయ్యారు.

నవంబర్ నెలలో దాదాపుగా 20 కి పైగా చిత్రాలు విడుదలైనవి. వాటిలో నాలుగు మాత్రమే హిట్ టాక్ ను తెచ్చుకున్నాయి. ఓ విభిన్నమైన క్రైమ్ కామెడీ కథతో వచ్చిన 'కీడాకోలా'ను తరుణ్ భాస్కర్ తీశారు. ఆయనో పాత్రను కూడా పోషించారు. అనిల్ విశ్వనాథ్ 'పొలిమేర' ఇచ్చిన విజయంతో 'పొలిమేర 2' నిర్మించారు. ఇది కూడా ఆ తరహా కథలు

నచ్చేవారు మెచ్చుకున్నారు. అజయ్ భూపతి సైకలాజికల్ థ్రిల్లర్ గా తెరకెక్కించిన 'మంగళవారం' కూడా జనాలను అలరించింది. ఇక మలయాళీ చిత్రం రీమేక్ గా వచ్చిన తేజ మార్ని 'కోటబొమ్మాళి పి. ఎస్' ఓ రాజకీయపరమైన థ్రిల్లర్ కథాంశంతో చేసిన ఈ చిత్రం మంచి వసూళ్లను రాబట్టింది. డిసెంబర్ నెలలో ఇంతవరకు ఓ పన్నెండుకు పైగా చిన్న చిత్రాలు విడుదలైనా ఏది తమ 'ముద్ర'ను వేసుకోలేక పోయింది. 'పిండం' 'కలశ' వంటి చిత్రాలకు ట్రైలర్లు ముందుకు తోసినా ప్రేక్షకులు మాత్రం వాటిని వెనుక వరుసలోనే ఉంచారు. ఈ నెలాఖరులో రోషన్ కనకాల( రాజీవ్ సుమ కనకాల తనయుడు) కథానాయకుడిగా పరిచయం అవుతూ విడుదల కానున్న 'బబుల్ గం' ఎలాంటి ప్రభావం చూపుతుందో మరో వారం రోజుల తర్వాత తెలుస్తుంది.

ఇంతవరకు విడుదలై మంచి విజయాలను అందుకున్న చిన్న చిత్రాలన్ని విభిన్నమైన కథాంశములో వచ్చినవి. అంతేకాదు.. మానవ భావోద్వేగాలను, మనస్తత్వ కథనాలు, రాజకీయ నేపథ్యాలు, మనిషిలోని బలహీనతలపై ఆడుకొని సొమ్ము చేసుకునే 'స్వార్థ పూరిత వివిధ మత వర్గాల వారిపైన వచ్చినవే. ఒక విధంగా ప్రజలను కాస్త ఆలోచించమని చెబుతాయి. ఓటు విలువను సైతం తెలుసుకోవాల్సిన అవసరం ఉందని చెప్పే చిత్రాలు రావటం శుభ పరిణామంగానే భావించాలి. చిన్న చిత్రాలకు ప్రేక్షకులు అందించిన విజయాలు కొత్త సంవత్సరంలో తెలుగు చిత్రసీమకు మంచి రోజులను సూచిస్తాయనుకోవచ్చు.

**భమిడిపాటి గౌరీ శంకర్**

**9492858395**

# ఏడు దశాబ్దాల 'దేవదాసు'

"జగమే మాయ... బ్రతుకే మాయ.
వేదాలలో సారమింతేనయా.."
"పల్లెకు పోదాం... పారును చూద్దాం చలో చలో..."
"అంతా భ్రాంతియేనా..."

ఈ పాటలు ఏ సినిమాలోని వని వర్తమానంలో ఎవరిని అడిగినా చెబుతారు. అంతగా ఈ పాటలు జనం లో నిలిచిపోయాయి. గీత రచయిత సముద్రాల, సంగీతం సి.ఆర్. సుబ్బరాయన్ లను నేటికీ లక్షల మంది హృదయాల్లో నిలిచిన ఈ గీతాలున్న చిత్రం 'దేవదాసు'. 'వినోదా' పతాకంపై డి. ఎల్. నారాయణ నిర్మించగా దర్శకత్వం వేదాంతం రాఘవయ్య చేశారు. 'దేవదాసు' బెంగాలీ నవల. రచయిత శరత్ చంద్ర చటర్జీ. శరత్ అంటే అందరికీ తెలుస్తుంది. శరత్ నవలలు తెలుగులో సినిమాలుగా వచ్చి విజయం సాధించాయి. ఆ రోజుల్లో తెలుగువారిని మీకు ఇష్టమైన తెలుగు రచయిత ఎవరని అడిగితే శరత్ అనే ఠక్కున చెప్పేవారు. అంతగా ఆయనను తెలుగువారు మమేకం చేసుకున్నారు.

ఎవరీ శరత్.. వానలో తడియని వారు శరత్ రచనలు చదవని తెలుగు పాఠకులు లేరంటే అతిశయోక్తి కాదు. శరత్ రచనల్లో దేవదాసు 'ఒక లిరిక్' వంటిది. నిజానికి ఈ రచన చేసిన తరువాత ('కన్యాశుల్కం' రచించిన గురజాడ వారిలా) శరత్ కు సహితం 'నవల' పట్ల సదాభిప్రాయం లేదు. చెడును ఆకర్షణీయంగా చిత్రించి తప్పు చేశానేమోనని చింతించాడు. అతనికి రచన ప్రచురించబడటం కూడా ఇష్టం లేదు. కానీ ఆయన మిత్రుడు సౌరేంద్ర చటర్జీ శరత్ కు తెలియకుండా 'దేవదాసు' నవలను 'యమునా' అనే పత్రికకు పంపారు. ప్రచురణ జరిగింది. అటు బెంగాలీ, ఇటు తెలుగు పాఠకులు బ్రహ్మరథం పట్టారు. శరత్ చంద్ర చటర్జీ **1876** వ సంవత్సరంలో సెప్టెంబర్ **15**వ తేదీన బెంగాల్‌లోని 'హుగ్లీ' జిల్లాలోని దేవానందపురం అనే కుగ్రామంలో జన్మించారు. తండ్రి మోతిలాల్ ఛటోపాధ్యాయ. తల్లి భువన మోహిని దేవి. దేవదాసు రచనలో పూర్వభాగం అంతా శరత్ బాల్య జీవితమే...

ఎన్ని దేవదాసులు... ఎన్నో దేవదాసులు విఫల ప్రేమను అందంగా అందరూ మెచ్చుకునే విధంగా శరత్ దేవదాసు ఉంటుంది. అంతే వ్యధతో చిత్ర పరిశ్రమ 'దేవదాసు'ను

ప్రేక్షకుల దగ్గరకు చేర్చింది. ఐదు భాషల్లో **12** (ఒక మూకీతో కలిపి) చిత్రాలు వచ్చాయి. **1935** నుంచి **2002** వరకు వచ్చిన అన్ని 'దేవదాసులు' ప్రేక్షకులను అలరించాయి. భగ్న ప్రేమికులకు బ్రాండ్ అంబాసిడర్ గా 'దేవదాసు' పాత్రను చిరంజీవిని చేశారు. పాఠకులు, ప్రేక్షకులు. ఇదే అల వరసలో వచ్చిన అనేక చిత్రాలు (దేవదాసు మళ్లీ పుట్టాడు నుంచి ప్రేమాభిషేకం) విజయం కావటం విశేషం.

తెలుగు 'దేవదాసు' మాత్రం దేశం నచ్చిన సినిమాగా నిలిచింది. దిలీప్ కుమార్ వంటి నటులు సహితం అక్కినేని నాగేశ్వరరావు నటనను మెచ్చుకున్నారు. ఈ క్రెడిట్ దర్శక నిర్మాతలదేనని చెప్పాలి. ముఖ్యంగా శరత్ చంద్ర కలం నుంచి పుట్టిన ' దేవదాసు' ఆత్మను వేదాంతం రాఘవయ్య అందిపుచ్చుకున్నట్లుగా మరో భాషా దర్శకుడు పట్టుకో లేదంటే అతిశయోక్తి కాదు. అక్కినేని నాగేశ్వరరావు, సావిత్రులను మాత్రమే దేవదా పార్వతిలుగా జనం గుర్తించారు. గుండెల్లో పెట్టుకున్నారు. పాటలు, సంగీతం, ఛాయాగ్రహణం వంటివి.., రామాపురంకు దేవదాసు వర్షంలో ప్రయాణమవ్వటం, చంద్రముఖి నుంచి దేవదాసు వీడ్కోలు తీసుకోవడం, దేవదాసు మరణం వంటి సన్నివేశాలు గుండెను నలిపేసే విధంగా వేదాంతం చిత్రించిన తీరు 'నభూతో'...అనక తప్పదు. వేదాంతంలోని దర్శక ప్రతిభను అన్ని కోణాల నుంచి వెలికి తీసిన చిత్రం 'దేవదాసు'. ఈ చిత్రం తర్వాత వేదాంతం వారి 'అన్నదాత' చిత్రం పరాజయం పాలైంది. దేవదాసు విజయానికి అదృష్టం కూడా తోడైందనే సినీ విమర్శకులు ఉన్నారు.

'దేవదాసు' చిత్రం **26.06.1953**వ తేదీన విడుదలైంది. గొప్ప విజయాన్ని అందుకుంది. నిర్మాతకు కాసుల వర్షం కురిపించింది. ఏడు దశాబ్దాలు గడిచిన తర్వాత కూడా అనేక చానల్స్ లో ప్రసారమవుతూ నేటికీ ప్రేక్షకుల మన్ననలను పొందుచున్నది. "ఏముంది చిత్రంలో" అని ప్రశ్నించుకుంటే– 'పసుపు తాడు కట్టినంత మాత్రాన వివాహం కాదని, విఫల ప్రేమకు నైతిక విజయం ఉందని' చెప్పిన శరత్ అంతరంగ కథనాన్ని అంతే ఉదాత్తంగా చిత్రించారు వేదాంతం రాఘవయ్య. అక్కినేని, సావిత్రి, పేకేటి, లలిత, (రాగిణి, పద్మిని, లలిత సిస్టర్స్) ఎస్.వి.ఆర్., సి.ఎస్.ఆర్., ఆర్.నాగేశ్వరరావు, అన్నపూర్ణ వంటి నటుల నటనా ప్రతిభ, సముద్రాల పాటలు, సుబ్బరామన్ సంగీతం, లలిత నాట్యం, ఘంటసాల గాత్రం, ఛాయాగ్రహణం, (బి.ఎస్.రంగా) తదితర సాంకేతిక నిపుణుల నైపుణ్యం వెరసి 'దేవదాసు' విజయం.

'దేవదాసు' విషయంలో ప్రధాన పాత్ర పాటలదే. ఘంటసాల, లీల తదితరుల గాత్రం, సముద్రాల (వీరి వెనుక నున్న మల్లాది వారి నీడ), సి. ఆర్. సుబ్బ రామన్ వంటి వారి 'ఘనత' విస్మరించలేనిది. ప్రముఖ సంగీత విమర్శకులు, విశ్లేషకులు వి. ఏ.కె.రంగారావు గారు చెప్పిన

ముచ్చట ఒకటి ఇక్కడ ప్రస్తావించుకోవాలి. దేవదాసు చిత్రం కోసం రికార్డు చేసిన 'ఏరు నవ్విందోయ్... ఊరు నవ్విందోయ్' అనే గీతం చిత్రంలో లేదు. పాడినవారు మాధవ పెద్ది సత్యం. 'ఎందుకు లేదు' అనే ప్రశ్నకు సమాధానం చెప్పేవారు లేరు. విచిత్రం ఏమిటంటే ఇదే గీతాన్ని అనిశెట్టి వారి రచన 'పల్లెపడుచు' (నాటకం)ను సినిమాగా తీసి, అందులో పెట్టుకున్నారు నిర్మాత బోళ్ళ సుబ్బారావు. ఇది ఆయన ప్రథమ ప్రయత్నం. చిత్రసీమ 'విచిత్ర' సీమ కూడా అనేందుకు ఇదో ఉదాహరణ.

ఏడు దశాబ్దాలు గడిచినా, మరో పది దశాబ్దాలు గడిచినా తెలుగు 'దేవదాసు' అజరామర దృశ్య కావ్యంగా నిలిచి ఉంటుందనటంలో సందేహం లేదు. శరత్ ను తెలుగు రచయిత గానే గుర్తిస్తారు.

భమిడి పాటి గౌరీ శంకర్

**9492858395**

# తెలుగు చిత్రాల 'న్యూ ట్రెండ్'...!?

'నిర్మాణాత్మక హింస' అనేది హింస యొక్క ఒక రూపం. దీనిలో కొన్ని సామాజిక నిర్మాణం, వ్యక్తుల ప్రాథమిక అవసరాలు తీరకుండా (లేదా తీర్చకుండా) నిరోధించడం అనేది వారికి హాని కలిగించవచ్చు అనే నేపథ్యపు అంశాలున్నాయి. ఈ పదాన్ని మొదటి గా 1969లో నార్వేజియన్ సామాజిక శాస్త్రవేత్త జోహాన్ గల్తుంగ్ తన 'హింస, శాంతి మరియు శాంతి పరిశోధన'లో ఉపయోగించారు. ఇందుకు తా విచ్చే కారణాలుగా జాత్యహంకారం, లింగ, వివక్ష, వర్గ వాదం, లింగ హింస, ద్వేష పూరిత నేరాలు, జాతి హింస, పోలీసు హింస, యుద్ధం, ఆకలి వంటి వాటిని పేర్కొన్నారు. ఇవన్నీ వివిధ సామాజిక నిర్మాణాల సమూహాలలో ప్రజలను విభిన్నంగా ప్రభావితం చేస్తాయి. 'హింస' వెనుక బలమైన కారణాలను చూపిస్తూ ఉన్నా మితిమీరిన హింసకు పాల్పడటం లేదా చూడడం, ప్రోత్సహించడం వంటివి నేరాలే. అయినా సమాజంలో ఇది 'సహజమని' కొన్ని వర్గాలు తమకనుగుణమైన వాదనలను నిర్మించుకుంటున్నాయి. టాల్ స్టాయ్ వంటి వారు (తెలుగులో కా.రా. మాష్టారు) కుటుంబ వ్యవస్థలో అనుబంధాలు చాటున స్త్రీ హింసను ప్రశ్నించారు. ఈ నేపథ్యంలో ఉద్యమాలు వచ్చాయి. ఉద్యమాల్లో 'హింస' ప్రధాన భాగమయింది. 'హింస' గురించి సాహితీ పరమైన, సామాజిక అవసరమైన చర్చ ఎందుకంటే సాహిత్యం కన్నా దృశ్యం 'వ్యక్తిని' త్వరగా ప్రభావితం చేస్తుందనేది సత్యం. 'రామాయణం' చదివి ఎవరూ రాముడు సీత లు కాలేదు. భారతం చదివి కుటుంబ పోరులు, హరిశ్చంద్రుని కథ చదివి ఎవరూ మారలేదు' అని చాలా ఏళ్ల క్రితం ప్రముఖ నటుడు సభా ముఖంగానే చెప్పాడు. కానీ 'యోగి వేమన' సినిమా చూసి ఒకాయన 'యోగి' కాగలడనేది సత్యం. 'సూపర్ మాన్' సిరీస్ చూసి భవనాల నుండి దూకిన వారున్నారు. కొన్ని దశాబ్దాల క్రింద 'రాంబో' సీక్వెల్ చిత్రాల్లో క్లైమాక్స్ మొత్తం 'హింస' ఉండేది. ఆ చిత్రాలు మంచి రాబడిని తెచ్చుకున్నాయి.

కట్... చేసి... వర్తమానానికి వస్తే...

కొంతకాలం క్రితం అనగా తొంభైల నుంచి రెండు వేలు వరకు బి. గోపాల్ వంటి దర్శకులు కథానాయకుల చేతికి గొడ్డళ్ళు ఇచ్చి విపరీతంగా జనాలను నరికించేవారు. అయితే సుమోలు గాలిలోకి ఎగరడం అనేది అదనపు ఆకర్షణగా ఉండేది. అదో రాయలసీమ

ఫ్యాక్షనిజానికి బ్రాండ్ గా మారింది. (వాస్తవాలు అవి కాకపోయినా) క్రమంగా వయలెన్స్ కూడిన సెంటిమెంట్ కు ప్రాధాన్యతనిచ్చే సినిమాలు వచ్చాయి. 'కలిసుందాం రా...' 'ప్రేమంటే ఇదేరా...' 'సింహ' 'అఖండ' 'సింహాద్రి' ఇలా... వీటిలో 'హింస 'కు ఒక పరిధిని నిర్ణయించుకున్నారు. ఇది కూడా 'వర్గ' 'కుటుంబ' పరమైన వర్గీకరణ లోనే ఉంచేశారు. ఓ సామాజికమైన అంశాన్ని' స్పృశిస్తూ'.. హింసకు హింసే సమాధానమనే ఆటవిక నినాదంతో 'రాఖీ' 'ఖడ్గం' 'మహాత్మా' లాంటి చిత్రాలు వచ్చాయి. ఇవి కూడా బాగానే 'రెవిన్యూ' చేశాయి. (రాఖీ తప్ప). అయితే మనిషి జీవితాలలో ఇంతకన్నా ఎక్కువ హింసనే ఉందనే వాదనను 'సమాంతరంగా' తెర పైకి తెచ్చారు. ఇటువంటి చిత్రాలు విస్మరించే (?) విషయమేమిటంటే 'వ్యక్తిగత హింస 'కు 'వ్యవస్థాగత హింస 'కు మధ్యనున్న సన్నని రేఖ. అయితే చలనచిత్రాలు 'వసూలు' కోసం తీస్తారు. అది వ్యాపారం. లాభనష్టాల అంశాలు ప్రధానం. డబ్బులు వస్తాయని తెలిస్తే 'హింస 'ను ఓ కమర్షియల్ పాయింట్ గా, ఓ 'సక్సెస్ సూత్రంగా' ప్రచారం చేస్తారు. ఇదే పంథాను ప్రేక్షకులలోని ఓ 'సున్నితపు మనస్తత్వం కలిగిన జాతి నిర్మాణ వర్గాలు' వృత్తిగా స్వీకరిస్తే. ..!? సామాజిక పరిణామాలు ఎలా ఉంటాయి. జరిగిన దాఖలాలు కోకొల్లలు. గడిచిన ఐదు దశకాలలో సినిమాలు చూసి హత్యలు చేసిన వారు, మానభంగాలు చేసిన వారు, తప్పించుకునేందుకు సినిమాలలో చూపిన సాంకేతిక మార్గాలను వినియోగించడం లేదా? సీసీ. కెమెరాలున్నా ధైర్యంగా వాటి ముందు విజయ చిహ్నంగా వ్రేళ్ళు చూపిస్తూ దొంగతనాలు చేస్తున్నారు. వారు దొరికిన తర్వాత 'ఫలానా చిత్రం 'లోని సన్నివేశాలు మాకు 'ఇన్స్పిరేషనని' చెబుతున్నారు. ఇవే అంశాలతో అక్కినేని, ఆదుర్తి కలిసి 'సుడిగుండాల 'నే గొప్ప చిత్రాన్ని నిర్మించారు.

కొత్తగా వస్తున్న చిత్రాలలో 'హింస 'ను మరో కొత్త పుంతలు త్రొక్కుతున్నారు. 'స్కంధ' అనే చిత్రంలో దాదాపు అరవై శాతం నరుక్కోవటాలే... ఒక్కడు... ఓ ప్రత్యేకమైన కత్తితో వరుసగా పది, వంద, వేయి తలలు నరకటమే. శవాలను గాలిలోకి లేపటమే.. హీరో కండబలం, గుండె బలం చూపటానికి 'హింస' ఒక కొలమానమై పోయింది. ఆ మధ్య ఓ చిత్రంలో కథానాయకుడు వేగంగా వస్తున్న రైలును తన చూపుడు వ్రేళ్ళను చూపి భయ పెడతాడు. అంతే రైలు 'కీచు'మనే శబ్దంతో ఆగిపోతుంది.. ఆహా తెలుగు సినిమా దర్శకు(డు)లు ఎంతగా ఎదిగారు... ( ప్రేక్షకులు చిత్రాన్ని రెండో ఆటకే దాచేసారనుకోండి) మరో చిత్రంలో 'షేర్ ఖాన్... వంద, వేయి,... పెంచుకుంటూ పోయి మనుషులను పంపు నా కత్తికి ఎరవేస్తా... బొబ్బలు పెట్టిన హీరో అలానే చేస్తాడు. వచ్చిన వారంతా తమ తల కాయలను ఆయనకిచ్చేసి అలా, అలా ప్రక్క నున్న నదిలో పడిపోతారు... అంత 'హింస 'కు కారణం.. అతని ప్రేయసి.

కొద్దిరోజుల క్రితం 'ఏనిమల్' అనే చిత్రం విడుదలైంది. రణబీర్ కపూర్ హీరోగా, సందీప్ రెడ్డి వంగ తెరకెక్కించిన మోస్ట్ వైలెంట్ ఫిలిం గా బాక్స్ ఆఫీస్ దగ్గర మొదటి రోజే 116 కోట్లు సాధించి రికార్డు సృష్టించిందని మీడియా వర్గాల కథనం. సినిమాలో అడల్ట్స్, వైలెన్స్ సన్నివేశాలు విపరీతంగా ఉన్నాయని సెన్సార్ వారు 'ఏ' సర్టిఫికెట్ ఇచ్చారు. (ఎందుకు కట్స్ ఇవ్వ లేదో.. వారు చెప్పరు) ఓ వర్గం ప్రేక్షకులైతే ఇందులోని 'హింసాత్మక సంఘటనలు' చిత్రించిన తీరును చూసి అవాక్కవుతున్నారు. పచ్చి బూతులు, నగ్న సన్నివేశాలు, గొంతులను పరాపరా కోసేయడాలు సీన్లు ఇంతగా ఉన్న చిత్రం ఈ మధ్య కాలంలో మరొకటి లేదని చెప్పవచ్చు. ఇదే అల వరుసలలో మరికొన్ని చిత్రాలు కూడా రాబోతున్నాయని ఆయా చిత్ర నిర్మాణ సంస్థలు చెబుతున్నా, రిలీజ్ చేస్తున్న చిత్రాలు చెబుతున్నాయి. ఆ మధ్యన వచ్చిన 'లియో' 'హింస' ప్రధాన పాత్ర నేసి ఏ పాటి విజయం సొంతం చేసుకుందో అందరూ చూశారు. భయమంటే ఏమిటో తెలియని మృగాలకు సహితం భయం నేర్పగలవాడిగా జూనియర్ ఎన్టీఆర్ తో వస్తున్న 'దేవర' చెబుతుంది. ఇందులో అండర్ వాటర్ సీన్స్ నే కాదు ప్రతీ యాక్షన్ ఎపిసోడ్ చాలా వైలెంట్ గా ఉండబోతున్నాయనే వార్తలు వస్తున్నాయి. సూర్య నటిస్తున్న 'కంగువా'లోనూ ఇటువంటి సన్నివేశాలు బోలెడు ఉంటాయని చెబుతున్నారు. చిత్ర సంస్థ విడుదల చేసిన అతని 'లుక్' చూస్తేనే శత్రువులు భయంతో పరుగులు తీసేలా ఉన్నారని పిస్తుంది. దర్శకుడు సుకుమార్ పుష్పరాజ్ బన్వర్ సింగ్ యాక్షన్ సీన్స్ 'పుష్ప'లో చూసిన వారికి ఇహ రెండులో ఎలా ఉంటారో ఊహించుకోవచ్చు. ఇలా రాబోతున్న (బహుశా సంక్రాంతి బరిలో) చిత్రాల్లోని వైలెన్స్ తో 'సెంటిమెంట్' ని జోడించి ఇదిగో 'నయా ట్రెండ్' అని ప్రచార జో(హా)రు పరిశ్రమ పెంచితే తర్వాత కాలంలో ఎలాంటి చిత్రాలు వస్తాయో ఊహించడం కష్టం కాదు. 'ఏనిమల్' కి 'ఏ' ఇచ్చి తమ 'వృత్తి ధర్మాన్ని' నిర్వహించిన సెన్సార్ వారు కూడా పెద్దగా చేసేదేమీ ఉండదేమో?

**భమిడిపాటి గౌరీ శంకర్**

**9492858395**

# సందేశమివ్వని......సలార్

సంవత్సరాంతంలో చిత్ర పరిశ్రమ వెనక్కి చూసుకొని సమీక్షించుకునే సమయంలో బ్లాక్ బస్టర్ గా( మార్కెట్ అంచనాలు) నిలిచిన చిత్రంగా విడుదలైంది 'సలార్'. 'సలార్' అనేది ఉర్దూ పదం. సమర్థవంతమైన నాయకుడని అర్థం. ప్రభాస్ కు హిట్ ఇచ్చిందని, ప్రశాంత్ నీల్ దర్శకత్వంలో మరో కే.జీ.ఎఫ్. తరహా సినిమా ఆవిష్కరించబడిందని అంతే గొప్పగా 'చెప్పుకుంటున్న' వేళ అసలు సలార్ ఏమిటి? కాలపరీక్షకు నిలిచేనా? ఈనాడు జనం విరగబడి 'కోట్లు' కుమ్మరిస్తున్నారని ప్రచారం చేస్తున్న 'సోషల్ మీడియా' ప్రచారాలు 'వాస్తవాల' ను వివరిస్తున్నాయా? శుక్రవారం కొత్త సినిమాలు వస్తే ఈ చిత్రం 'స్థాయి' ఏమిటి అనేది తెరపై చూడాలి.

సలార్ కథ ప్రకారం 'ఖాన్సార్' అనే ఓ ఊహా కల్పిత రాజ్యంలో కుర్చీ చుట్టూ అల్లిన కుతంత్రపు కుట్రలున్నాయి. ఈ నేపథ్యంలో ఇద్దరు స్నేహితుల స్నేహం కథ ప్రారంభమవుతుంది. వరదరాజమన్నారు (పృథ్వీరాజ్ సుకుమార్), దేవా( ప్రభాస్) చిన్ననాటి స్నేహితులు. కొన్ని కారణాలు వలన దేవాను తీసుకొని అతని తల్లి అస్సాంలోని ఓ మారుమూల పల్లెకి చేరుతుంది. తల్లికిచ్చిన మాట ప్రకారం దేవా ఆయుధాన్ని, ఆవేశాన్ని వదిలేస్తాడు. వారి మధ్యకు ఆద్య(శృతి హాసన్) వస్తుంది. ఇందుకు కొన్ని కారణాలున్నాయి. ఆమెకు ప్రమాదం పొంచి ఉందని తెలుస్తుంది. ఈ కారణంగా ఆద్య తండ్రి దేవా తల్లి వద్దకు ఆమెను చేరుస్తాడు. దర్శకుడు కథ పైన కన్నా కథనం పైనే దృష్టి పెట్టి విజయం సాధించాడు. ప్రభాస్ అభిమానులు కోరుకునే అన్ని 'ప్రత్యేకతలను'(యాక్షన్ సీన్స్)దేవా పాత్రలో జోడించారు. వారికి పండగ చేశాడు. చివరకు హీరోయిన్ ను సహితం హీరో ఎలివేషన్స్ కే వాడుకున్నారు. కథలో ఉపకథలున్నాయి. వీటిలో లెక్కలేనన్ని పాత్రలున్నాయి. పాత్రలను వాటి మధ్య అనుబంధాలను అర్థం చేసుకోవడం సగటు ప్రేక్షకుడి మెదడుకి పెద్ద పని. (పొన్నియన్ సెల్వన్ నయమనిపిస్తుంది)

సినిమాలో వచ్చే ప్రతీ సన్నివేశం ఎలివేషన్. సినిమా మొత్తం యూనిఫామ్ కలర్, క్లోజప్స్, ఎక్స్‌ప్రెషన్స్, హాల్ దద్దరిల్లిపోయే నేపథ్య సంగీతం మొత్తం వీటిదే ప్రధానమైన పాత్ర. కే.జీ.ఎఫ్ అనుభవం ఉన్నవారికి ఇదే ప్రశాంత్ టేకింగ్ స్టైల్ అనుకుంటారు. ఆ మూడ్ లోకి వెళ్తే ఆస్వాదించవచ్చు. నిలకడలేని కథనం. అస్సాం, రాయపూర్, హైదరాబాద్, బర్మా బోర్డర్,

పాకిస్తాన్ ఇవి కాకుండా 'ఖాన్సార్' అనే ఊహా కల్పిత ప్రదేశం. బహుశా నిర్మాత దర్శకులు 'పాన్ ఇండియాను దాటి 'పాన్ ఇంటర్నేషనల్' స్థాయికి తీసుకువెళదాం అనుకున్నారనుకోవాలి. వివిధ రకాల ప్రైవేట్ ఆర్మీలను పరిచయం చేశారు ప్రశాంత్ నీల్. సన్నివేశాలకు అనుగుణంగా తగిన 'ఎమోషన్స్' ను రాసుకోవడం కొత్తగా ఉన్న సన్నివేశాలలో సినిమా మూడు గంటల పాటు చూడడం సాధ్యమా? కంటెంట్ అనేది పెద్దగా 'వస్తువు' లేనిది కనుకనే సాంకేతికపరమైన బలగాన్ని తెచ్చుకున్నారు దర్శకుడు. నేపథ్య సంగీతం అందించిన 'రవి బస్రూర్' కెమెరా భువన్ గౌడలు తమ బాధ్యతలను సక్రమంగా చేసి చిత్రాన్ని నిలబెట్టారు. గిరిజన బాలికను ఇబ్బంది పెట్టే సమయంలో వచ్చే సన్నివేశం ప్రేక్షకులను అలరిస్తుంది. తల నరికే సన్నివేశం సినిమాలోని హింసాత్మక సన్నివేశాలకు పరాకాష్ట. నటీనటులలో ప్రభాస్ శత శాతం పాత్రలో ఒదిగిపోయాడు. పృథ్వీరాజ్ తన పరిధి మేరకు నటించాడు. శృతి హాసన్ కు పెద్దగా స్కోప్ లేదు. సినిమాలో ప్రధానంగా 'ఈశ్వరీ రావు' నటన హైలెట్ గా నిలుస్తుంది. టిను ఆనంద్, జగపతి బాబు, బాబీ సింహ ,ఝాన్సీ, శ్రేయ రెడ్డి తదితరులు పాత్రలకు సరిపడే విధంగా నటించారు. స్నేహం, అధికార కాంక్ష, ప్రతీకార ప్రధానంగా కొనసాగిన 'సలార్' చిత్రం సందేశాలు లేని, లాజిక్కులు కనిపించని దర్శకుని 'మ్యాజిక్' మాత్రమే. మొన్న వచ్చిన ఏనిమల్, నేటి సలార్ లలో విపరీతమైన 'యాక్షన్' కొత్త తరానికి ఏమి చెబుతున్నాయో అర్థం కాదు.

"సినిమా అనేది తాత్కాలిక ఉద్రేకం, ఆనందం కలిగించే డ్రగ్ కాదు. అదో శాశ్వతమైన సంతోషాలను సంస్కృతి సంప్రదాయాలలో అందించే గొప్ప కళాత్మక ప్రక్రియ" అనే ప్రసిద్ధ దర్శకులు శాంతారాం వ్యాఖ్యానం వర్తమానం ఎంతమంది దర్శకులకు తెలుసు..!? వారం రోజుల్లో 120 కోట్లు, పది రోజుల్లో 500 కోట్లు వసూలు చేస్తున్నాయని సామాజిక మాధ్యమాల్లో వచ్చే అంకెల గారడీల వెనుక 'మార్కెట్ స్ట్రాటజీ' లేదనే పరిస్థితి లేదు. ఏది ఏమైనా మార్వెల్ తరహా సూపర్ హీరోల కథలను రెగ్యులర్ కమర్షియల్ సినిమా పంథాల ఓ కొత్త జోనర్ ను పరిచయం చేసింది 'సలార్'.

**భమిడిపాటి గౌరీ శంకర్**

**9492858395**

# రెండు చిత్రాలు... ఒక అభిప్రాయం

'కథలంటూ ఏమీ లేవు. ఉన్నవి, ఇంతకు ముందు వచ్చినవి ఎలా క్రొత్తగా తెరపై ప్రెజెంట్ చేస్తున్నాం అనేది ప్రేక్షకుడికి అవసరం. గతంలో తాము చూసిన ఏ చిత్రమైన, ప్రస్తుతం చూస్తున్న చిత్రం గుర్తుకు వస్తే ప్రమాదమే..' ఇది నాలుగు దశాబ్దాల క్రితం దర్శకుడు మధుసూదన రావు గారు చెప్పినది. అందుకనే ఆయన తన సినిమాల కథ కోసం విపరీతంగా శ్రమించారు. కనుకనే ఇంటి పేరు 'విక్టరీ 'గా ప్రేక్షకులు ఖాయం చేశారు. చిత్రసీమలో నాన్న, అన్న, తల్లి, చెల్లి సెంటిమెంట్స్ బాగా వర్క్ అవుట్ అవుతాయి. కృష్ణారెడ్డి లాంటి వారు తల్లి సెంటిమెంట్ తోనే విజయం సాధించారు. 'అన్న' చెల్లి కోసం, 'నాన్న' కొడుకు కోసం పడే తపనతో కథలు తయారు చేసుకొని విజయాలు సాధించింది చిత్ర పరిశ్రమ. నాటి 'దొంగ రాముడు' నుంచి నేటి 'జైలర్' వరకు నాటి 'బంగారు గాజులు' 'చిట్టి చెల్లెలు' నుంచి నేటి 'భోళా శంకర్' వరకు కొన్ని వందల చిత్రాలు ఒకే కథలో వచ్చాయి. ఫలితాలు అందరికీ తెలిసినవే. ఇక్కడ గుర్తుంచుకోదగ్గ విషయం ఏమిటంటే ప్రసిద్ధ నటులు, సీనియర్ నటులు నటించిన కథను తీర్చిదిద్దే విధానంతో 'పాత వాసన'లుంటే ప్రేక్షకులు వందలు, వందలు డబ్బులు తగలేసి సినిమాలు చూసే రోజులు పోయాయి. సినిమా రెండో ఆటకే సోషల్ మీడియాలో సమీక్షలు వచ్చేస్తున్నాయి. ఒక్కసారి నెగిటివ్ టాక్ వస్తే తిరిగి పుంజుకోవటం కష్టమే.

ఆగస్టు 10, 11 తేదీలలో వరుసగా మెగాస్టార్ చిరంజీవి నటించిన 'భోళాశంకర్', రజనీకాంత్ నటించిన 'జైలర్' (10న విడుదలైంది) వచ్చాయి. తొలి రోజు తొలి ఆట నుంచే అభిమానులు సహితం 'భోళా శంకర్' పట్ల నిర్లిప్తతను, నిరాశను వ్యక్తం చేశారు. 'జైలర్' చిత్రం ఇంటర్వెల్ తర్వాత దాదాపు 40 నిమిషాలు 'డ్రాగ్' ఉన్న మొత్తంగా దర్శకుడు నెల్సన్ ప్రేక్షకులు (అభిమానులు) రజిని 'స్టైల్' ఎలా ఉండాలని ఆశించారో' అలానే' సినిమాను నింపేశారు. 'భోళా శంకర్' విషయానికొస్తే 'చిరంజీవి' చరిష్మా మీద చిత్రం లాగిస్తుందనుకున్న వారికి నిరాశ ఎదురైనట్టు చేశారు దర్శకుడు మెహర్ రమేష్. 'వాల్తేరు వీరయ్య' తర్వాత చిరంజీవికి, రజనీ కి కూడా ఈ మధ్య కాలంలో విజయాలు లేవు. ఆ కసితోనే నెల్సన్, రమేష్ లు కృషి చేశారు. ఆ కసి 8 సంవత్సరాల క్రితం వచ్చిన 'అజిత్' సినిమా 'వేదాళం' మాతృక. 'జైలర్' కథ కూడా 'పూరి' 'బుడ్డా హోగా తేరా బాప్', 'భారతీయుడు'

హాలీవుడ్ చిత్రం 'ఎక్స్పెండిబుల్స్' ఇలా అనేక కథల 'ఫ్లేవర్' కనిపిస్తుంది. మోహన్ లాల్, శివరాజ్ కుమార్, సునీల్, రమ్యకృష్ణలు ఒకరికొకరు గా కథలో ప్రవేశించి తమ పాత్ర పరిధిలో నటించి వెళతారు. రెండు సినిమాలలోనూ ఎన్నో సన్నివేశాలలో ఎంతో అతి కనిపిస్తుంది. కానీ... రజిని, నెల్సన్ ల బృందం దీనిని ఎక్కడ కనిపించకుండా వర్తమాన యువత కోరుకునే విధంగా కథనం నడిపించారు. ముఖ్యంగా రజిని, కమలహాసన్, మోహన్ లాల్, అజిత్ తదితరులు సాధ్యమైనంత వరకు దర్శకుడు చెప్పింది చేసుకుంటూ వెళ్తారు. వారికి తమ అభిమానుల మన స్థితి, తమ 'బాడీ లాంగ్వేజ్' తెలుసుననే నమ్ముతారు. కానీ.. తెలుగు పరిశ్రమలో పెద్ద స్టార్స్ దర్శకుడు కి ఇచ్చే స్వేచ్ఛ అతి స్వల్పమని అందరికీ తెలిసిందే. ఫలితాలు కూడా ఆ మాదిరిగానే ఉంటున్నాయి. తమని నమ్మి కోట్లు ఖర్చు చేస్తున్న సినిమా బెటర్ గా రావాలని కోరుకోవడం తప్పు కాదు. కానీ... కథకు మించి మార్పులు చేస్తే గతంలో ఏ విధమైన ఫలితాలు వచ్చాయో కూడా తెలుసుకోవాల్సిన అవసరం ఉంది. నిర్మాత 'దేవుడు' అంటే చాలదు. ఆర్థికంగా ఆ దేవుడికి కాస్తంతైనా ప్రసాదం మిగిలేటట్లుగా చూసుకోవాల్సిన అవసరం ఉంది.

'భోళా శంకర్' 'జైలర్' నిర్మాణంకు అయిన ఖర్చు, వచ్చిన – వస్తున్న వసూళ్ల వివరాలు సోషల్ మీడియాలో విపరీతంగా ప్రచారం అవుతున్నాయి. వాటిని గూర్చిన చర్చ ఇక్కడ అప్రస్తుతం. రెండు చిత్రాలకు కథ, కథనాలు, కథానాయకుల 'హీరోయిజం ప్రదర్శన, టెక్నికల్ వాల్యూస్ వంటి వాటితో పాటుగా సహాయ పాత్రలు పోషించిన నటులు కీర్తి సురేష్, సుశాంత్, మోహన్ లాల్, రమ్యకృష్ణ, శివరాజ్ కుమార్, సునీల్ ఇలా వారి ప్రాధాన్యత కూడా తగ్గటం మరో ప్రధానమైన అంశం. ఎంత త్యాగాలు జరిగినా 'భోళా శంకర్' 'జైలర్' చిత్రాల మధ్య అంతరం ప్రేక్షకులు గ్రహించారు. "చిత్ర సీమ లో విజయాలే కొలమానాలు కావు. కానీ.. విజయాలే బ్రతుకు మార్గాలని" అప్పుడెప్పుడో ముళ్ళపూడి వారు కాస్త సీరియస్ గానే చెప్పారు. చిత్ర జయాపజయాలు పైన కొన్ని వేల మంది బ్రతుకులు ఆధారపడి ఉంటాయి. ముఖ్యంగా స్టార్ హీరోలను డైరెక్ట్ చేసే దర్శకులు భవిష్యత్తును ఇటువంటి చిత్రాలు నిర్దేశిస్తాయి. ఫెయిల్యూర్ దర్శకులకు అవకాశం ఇవ్వటం మంచిదే. కానీ.. ఏ మేరకు అతనిలోని దర్శకుడికి అవకాశాలు ఇస్తున్నామనే ది కూడా ముఖ్యం. నెల్సన్, మెహర్ రమేష్ లలోని టాలెంట్ ఏమిటో ప్రేక్షకులు గ్రహించారు కనుకనే ఫలితంను అదే విధంగా ప్రదర్శించారు.

ఈ రెండు చిత్రాల నేపథ్యం చిత్ర పరిశ్రమ, అభిమానులు గమనించవలసిన అంశం ఏమిటంటే హై బడ్జెట్, లో బడ్జెట్ సినిమాల మధ్య నున్న సన్నని గీత. ఎక్కువ ఖర్చు చేసి, స్టార్స్, గొప్ప కాంబినేషన్స్, క్రేజీ సమీకరణాలు, మాధ్యమాల ద్వారా ఇచ్చే 'హైప్' నాలుగు ఆటలు రాబడికి మాత్రమే దోహద పడతాయి. ఆ తరువాత కథా కథనాలలో శక్తి సామర్థ్యాలు లేకుంటే

కేవలం 'కథానాయకుడు' స్టామినా చిత్రానికి ఆర్థిక వనరుల సమీకరణ కష్టం. ఫలితం నిరాశ పూరితం. నాలుగు దశాబ్దాలుగా వందల సినిమాల్లో నటించిన 'సీనియర్స్' చిత్ర ఫలితం తెలియదని అనుకోలేము కదా! ఇక్కడ మరో విషయం చిన్న సినిమాలు కొన్ని 'సామజవరగమన', 'బేబీ', 'విమానం', 'బలగం' 'మధ్యతరగతి మందహాసం' ఇలా ఎన్నెన్నో ప్రజాదరణ పొందాయి. అందులో స్టార్స్ లేరు. భారీ సెట్స్ లేవు. గొప్ప ఛాయాగ్రహకులు లేరు. మరి అది కూడా ఖర్చుకు 15 రెట్లు ఆదాయాన్ని నిర్మాతలకు తెచ్చిపెట్టాయి. అయితే పెద్ద సినిమాలు రిలీజ్ రోజు నుంచి 4, 5 రోజులు పాటు నగరంలో 'థియేటర్స్' నూతన సొంతం చేసుకుని, చిన్న సినిమాలు ఆదాయానికి, ప్రేక్షకులు వినోదానికి ఇబ్బంది పెట్టడం ఎంతవరకు సమంజసమో పెద్దలు ఆలోచించాలి. రెండు పులులు దెబ్బలాడుకుంటే మధ్య నలిగిన పొట్టేలు మాదిరి చిన్న నిర్మాతలు ఆదాయం పైన పడే దెబ్బ చిత్ర పరిశ్రమలోని కొన్ని వేల మంది కార్మికుల జీవితాలను ప్రభావితం చేస్తుంది. ఇంకో విషయం వయసు మీద పడిన హీరోలు 'యువత'వలే 'కుర్ర హీరోయిన్స్' తో డాన్స్ లు చేస్తే చూసే 'యువజనం' ఇప్పుడు ఉన్నారా అనేది వెయ్యి డాలర్ల ప్రశ్న. 'యువత' కోసం తీసే సినిమాలో 'యువత' కోరుకునే తారలు ఉండాలి కదా!

–భమిడిపాటి గౌరీశంకర్
**9492858395**

# KASTURI VIJAYAM

📞 00-91 95150 54998

KASTURIVIJAYAM@GMAIL.COM

## SUPPORTS

- **PUBLISH YOUR BOOK AS YOUR OWN PUBLISHER.**

- **PAPERBACK & E-BOOK SELF-PUBLISHING**

- **SUPPORT PRINT ON-DEMAND.**

- **YOUR PRINTED BOOKS AVAILABLE AROUND THE WORLD.**

- **EASY TO MANAGE YOUR BOOK'S LOGISTICS AND TRACK YOUR REPORTING.**

www.ingramcontent.com/pod-product-compliance
Lightning Source LLC
LaVergne TN
LVHW032335230825
819404LV00040B/1054
*9788196915001*